வாசல் இல்லாத வாசல்
(ஜென் சூட்சுமங்கள்)

THE GATELESS GATE

தமி

ராஜலக்ஷ்மி சிவலிங்கம்

கண்ணதாசன் பதிப்பகம்

23, கண்ணதாசன் சாலை
தியாகராய நகர், சென்னை 600 017.
போன் 2433 2682 / 2433 8712
கிளைகள் : கோவை | மதுரை | பாண்டி

முதற்பதிப்பு : டிசம்பர், 2004
ஐந்தாம் பதிப்பு : ஏப்ரல், 2011
ஆறாம் பதிப்பு : பிப்ரவரி, 2022

E-mail: sales@kannadasan.co.in
Our Website: www.kannadasan.co.in

பதிப்பாசிரியர்: காந்தி கண்ணதாசன்

எச்சரிக்கை

காப்பிரைட் சட்டத்தின் கீழ் பதிவு பெற்றுள்ள இந்நூலில் இருந்து எப்பகுதியையும் முன் அனுமதியின்றி பிரசுரிக்கக்கூடாது. தவறினால் சிவில், கிரிமினல் சட்டங்களின்படி நடவடிக்கை எடுக்கப்படும்.

- காந்தி கண்ணதாசன் பி.ஏ., பி.எல்.,

Copyright @2004 Kannadhasan Pathippagham. All Rights Reserved
Originally published in English as "The Gateless Gate" by Elichi Shimomisse.
No Part of this book may be reproduced or transmitted in any form or by any means electronic or mechanical including photocopying or recording or by any information storage and retrieval system without permission in writting from Gandhi Kannadhasan, B.A., B.L., Chennai.
Any violations of these conditions, legal action will be initiated in civil and criminal proceedings under the Copyright Act 1957.

Price Rs: 100/-

VAASAL ILLADHA VAASAL - *Tamil*
Zen Quotes with commentary by Mumon

- Written By : Elichi Shimomisse
- Translated By : Rajalakshmi Shivalingam
- Subjectwise drawings : Pillai, Artist
- Sixth Edition : February, 2022
- Publishing Editor : **Gandhi Kannadhasan**
- Published By : **Kannadhasan Pathippagham**
23, Kannadhasan Salai,
Thiyagaraya Nagar, Chennai - 17.
Ph: 044-24332682 / 8712 /
98848 22125

ISBN: 978-81-8402-167-7

Our Branches :

- No: 1212, Range Gowder Street, **Coimbatore** - 641001
☎ : 0422 - 4980023 / 98848 22139
- No.1, Annai Complex, III Street, Vasantha Nagar, **Madurai**-625 003.
☎ : 0452 - 4243793 / 98848 22126
- No. 37, Bharathy Street, **Puducherry** - 605 001.
☎ : 0413 - 4201202 / 98848 22128

Printed at : Kannadhasan Pathippagham, Chennai 600017.

பொருளடக்கம்

1.	ஜோஷுவின் நாய்	7
2.	நரியின் விமோசனம்	10
3.	விரல் பலி	14
4.	கண்டவர் விண்டிலர்	16
5.	மலை உச்சியில் ஊசலாட்டம்	18
6.	மலரில் மாயம் காட்டிய புத்தர்	20
7.	கழுவி வைத்த கலயத்தில் பொங்கிய ஞானம்	22
8.	கெய்ச்சூவின் சக்கரம்	24
9.	தியானம் கைகூடாத ஒரு புத்தர்	25
10.	ஏழையின் குபேர ஆசை	27
11.	முஷ்டி காட்டிய ஞானம்	29
12.	கேள்வியும் அவரே... பதிலும் அவரே...	32
13.	முடிவும்... முதலும்...	34
14.	கத்தி கைமாறியிருந்தால்...?	37
15.	விழிப்படைய வைத்த மிரட்டல்	39
16.	கேட்கும் விழிகள்	42
17.	மூன்று அழைப்புகள்	44
18.	புத்தர் என்றால் சணல் கயிறு!	46
19.	சாதாரண மனமே மார்க்கம்	47
20.	ஷோகனின் பலசாலி	49
21.	வறட்டி	50
22.	தகர்க்கப்படும் கொடிக் கம்பம்	51
23.	சுயத்தை அறிந்தால் ஞானம்	53
24.	வார்த்தைகளும் மவுனமும்	56

25.	கனவுப் பிரசங்கம்	58
26.	திரை விலகியது	60
27.	வார்த்தையில் பறிபோன பொக்கிஷம்	62
28.	ஒளி அணைந்தது... ஞானம் சுடர்விட்டது...	64
29.	காற்று வந்ததா...? கொடி அசைந்ததா...?	68
30.	மனமா புத்தர்?!	70
31.	ஒரே கேள்வி... ஒரே பதில்....	72
32.	சாட்டையின் நிழல்	74
33.	மனமும் அல்ல புத்தரும் அல்ல	76
34.	நான்ஸெனின் மார்க்கம் இல்லாத மார்க்கம்	77
35.	ஆன்மாக்கள் இரண்டு	78
36.	வார்த்தைகளும் வேண்டாம் மவுனமும் வேண்டாம்...	80
37.	தோட்டத்தில் ஓக் மரம்	82
38.	வெளியே வராத வால்	84
39.	வார்த்தைப் பொறி	86
40.	உதை தந்த பதவி	88
41.	மன அமைதிக்கு கை காணிக்கை	91
42.	ஒரு கூத்து நடக்கிறது	93
43.	அதுவும் இல்லை... இதுவும் இல்லை...	97
44.	ஊன்றுகோல் யாருக்கு?	99
45.	யார் 'அவன்'?	101
46.	கரணம் தப்பினால்...?	102
47.	மூன்று தடைகள்	104
48.	அந்த ஒரு பாதை...?	107

முமோன் தரும் முன்னுரை

வாசல் இல்லாத வாசல்தான் வாசலாக அமைந்திருக்கிறது. இந்தக் கோட்பாட்டை இங்கு இடம்பெறும் போதனைகள் நமக்கு உணர்த்துகின்றன. வாசல் இல்லாத வாசல் என்றால் ஒருவரால் அதை எப்படிக் கடந்து செல்ல முடியும்?

"இந்த வாசல் வழியாக நுழைந்தவர்கள் எல்லாம் பொக்கிஷங்களைக் கொண்டிருக்கும் எந்தப் பாரம்பரியத்தின் வழித்தோன்றல்கள் அல்லர். காரண காரிய விளைவுகளின் பலனாக அடைந்த எல்லாவற்றுக்குமே தொடக்கமும் முடிவும் உண்டு. இப்படி அனைத்துமே ஒன்றும் இல்லாததாகி விடுகின்றன" என்பதை உணர்த்தும் உள்ளார்ந்த உண்மை உங்களுக்குப் புலப்படவில்லையா?

இந்த மாதியான கூற்றுகள் எல்லாம் சலனமே இல்லாத சமுத்திரத்தில் அலைகளை எழ வைப்பது போன்றவை. இன்னொரு விதமாகச் சொல்வதென்றால், ஆரோக்கியமான சருமத்தை சொறிந்து, சொறிந்து புண்ணாக்குவது போன்றது. வெறும் வார்த்தைகளைப் பிடித்து தொங்கிக் கொண்டிருப்பவர்கள், ஒரு குச்சியைக் கொண்டு நிலவைப் பிடித்து விடலாம்... தோல் ஷுவுக்குள் மறைக்கப்பட்டிருக்கும், அரிப்பெடுக்கும் பாதத்தை சொறிந்து கொள்ள முடியும்... என்று நம்பும் முட்டாள்கள். உள்ளதை உள்ளபடியே அவர்கள் எப்படிக் காண முடியும்?

ஷுஜாட்டிங் *(1228)* முதல் வருட கோடை காலத்தில், கிழக்கு சீனாவில் உள்ள லூயிங்சியாங் மடாலயத்தின் பிக்குகளிடம், பண்டைய குருமார்கள் சொன்ன சூட்சும புதிர்க் கதைகள் பற்றி எகாய் (முமோன்) சொற்பொழிவாற்றினார். ஜென் மார்க்கத்தைப் பின்பற்றுபவர்களை ஈர்க்கும் வகையில், தனது திறனுக்கு ஏற்ப, கதவைத் தாக்கி உடைக்கும் செங்கற்களாக புதிர்க் கதைகளைப் பயன்படுத்தினார். அவருடைய குறிப்புகள் எல்லாம் தாறுமாறாகச் சேகரிக்கப்பட்டவை. ஆரம்பம், முடிவு என்ற எந்த வகையான ஒழுங்குமுறையும் இல்லாமல் இருந்தன.

மொத்தத்தில் இப்போது *வாசல் இல்லாத வாசல்* என்று குறிப்பிடப்படுகிற *48* புதிர்க் கதைகள் தொகுக்கப்பட்டன.

எட்டு கைகளைக் கொண்ட 'நடா'வைப் போல துணிவுடன் ஜென் பாதையைப் பின்பற்றி முன்னேறிச் செல்லும் எவரையும் எந்த மாயைகளும் நெருங்காது. இந்திய மற்றும் சீன குருமார்கள் இப்படிப்பட்ட அஞ்சா நெஞ்சம் படைத்தவன் முன்னே தங்கள் உயிருக்காக மன்றாடுவார்கள். ஆனால், ஒரே ஒரு கணம், இப்படிப்பட்ட துணிவுள்ள ஒருவன் தயங்கிவிட்டால், குதிரையில் வெகு வேகமாகச் செல்பவனை, ஒரு குறுகிய சாளரம் வழியாக பார்க்க முயன்று, ஒரு கண் சிமிட்டலில் நழுவவிட்டு விடுபவனைப் போன்ற நிலைக்கு ஆளாகி விடுகிறான்.

வாசலே இல்லாத மகத்தான மார்க்கம், இது. இதில் நுழைவதற்கு ஓராயிரம் சாலைகள்..! வாசலே இல்லாத இந்தக் வாசலைக் கடப்பவர் விண்ணுக்கும் மண்ணுக்கும் இடையே தங்குதடை இல்லாமல் நடைபோடுகிறார்.

✣✣✣

1. ஜோஷுவின் நாய்

"இந்த நாயிடம் புத்த தன்மை இருக்கிறதா?"

ஒரு புத்த பிக்கு, ஜோஷுவிடம் இப்படிக் கேட்டார்.

"மூ" (எதுவமே இல்லை) என்று ஜோஷு பதிலளித்தார்.

முமோனுடைய கருத்து :

ஜென்னைப் பின்பற்ற வேண்டுமென்றால், ஜென் குருமார்கள் உண்டாக்கியுள்ள தடைகளைக் (கதவுகளை) கடந்தே தீர வேண்டும். சூட்சுமமான விழிப்புணர்வை ஒருவர் எட்ட வேண்டுமென்றால், தனது மனதில் தோன்றும் சிந்தனைகளை முற்றிலுமாக வேரோடு களைந்தெறிய வேண்டும். இந்தத் தடைகளை நீங்கள் கடந்து செல்லாவிட்டாலோ அல்லது உங்கள் மனம் உருவாக்கும் சிந்தனைகளை வேரறுக்கா விட்டாலோ உங்கள் எண்ணம் மற்றும் செயல் முழுவதையும் சந்தேகப் பேய் பிடித்திருக்கும்.

அந்தத் தடைகள் என்னென்ன...? "மூ" என்ற இந்த ஒரு வார்த்தைதான் ஒரே தடை. இதனால்தான் இது ஜென்னின் 'வாசல் இல்லாத வாசல்' என்று குறிப்பிடப்படுகிறது. இந்தத் தடையைக் கடப்பவர்கள் ஜோஷுவை (ஏற்கனவே கடந்து விட்டவர்) நேருக்கு நேராக சந்திப்பார்கள்; தங்கள்

கண்களாலேயே அவரைக் காண்பார்கள்; தங்கள் காதுகளாலேயே அவரைக் கேட்பார்கள்; புத்தர்களின் நீண்ட வரிசையில் இணைந்து அவர்களுடன் சேர்ந்து நடை போடுவார்கள். இது எவ்வளவு ஆனந்தமான, சந்தோஷ அனுபவம்?

நீங்கள் இந்தத் தடைகளைக் கடந்து செல்ல விரும்புகிறீர்களா? உங்கள் சரீரம் முழுவதிலும் உங்களின் சிதறாத கவனம் ஆட்கொள்ள வேண்டும். 360 எலும்புகள் மற்றும் மூட்டு இணைப்புக்கள் மற்றும் 84,000 ரோமக் கால்கள் அனைத்திலும் உங்கள் கவனம் பாயவேண்டும். "மூ" என்றால் என்ன என்பது பற்றி இரவு பகலாக இடைவிடாமல் ஆழ்ந்து மூழ்கிவிடுங்கள். அது ஒன்றுமே இல்லாமல் இருப்பது என்பதுமில்லை. அல்லது 'இருக்கிறது', 'இல்லை' என்பதோடு தொடர்புடைய எதிர்மறையும் இல்லை. அது, பழுக்கக் காய்ச்சிய இரும்புப் பந்தை விழுங்குவது போன்றது. அதை விழுங்கவும் முடியாது. வெளியே துப்பவும் முடியாது.

ஒருமுகப்படுத்தி ஆழ்ந்து விட்டதும் இதுவரையில் நீங்கள் கடுமையாகப் பாடுபட்டுத் திரட்டி வைத்திருக்கும் அனைத்து விதமான உதவாக்கரை அறிவு வீசியெறியப் படுகிறது. உரிய

பருவத்தில் ஒரு பழம் கனிவதைப் போல உள்ளும், புறமும் நீங்கள் வெகு இயல்பாகக் கனிந்து விடுகிறீர்கள். கண்ட கனவை விவரிக்க முடியாத ஓர் ஊமை போன்ற நிலைதான் உங்களுக்கு. அது, உங்களுக்கு சர்வ நிச்சயமாகத் தெரிகிறது. ஆனாலும் உங்களால் அதைச் சொல்ல முடியாது.

உங்களுடைய அகங்காரக் கவசம் நொறுங்கிப் போகிறது. வானத்தையும் பூமியையும் இப்போது உங்களால் ஆட்டுவிக்க முடியும். மாபெரும் வாளை ஏந்தியிருக்கும் படைத் தளபதி போன்ற நீங்கள் புத்தரைச் சந்தித்தால், அவரைக் கொன்று விடுவீர்கள். ஒரு ஜென் குருவை...? அவரையும்கூட கொன்று விடுவீர்கள். வாழ்வுக்கும் சாவுக்கும் இடையேயான விளிம்பில் நின்று கொண்டிருப்பதைப்போல நீங்கள் முற்றிலும் சுதந்திரமாக இருக்கிறீர்கள். எந்த உலகத்தில் வேண்டுமானாலும் நீங்கள் நுழையலாம். அது உங்களுக்கென்றே அமைந்துள்ள சொந்த விளையாட்டு மைதானம் போன்றது.

இந்த "மூ" என்பதில் நீங்கள் எப்படி சிதறாத சிந்தையைச் செலுத்துகிறீர்கள்? உங்களுடைய ஒட்டு மொத்த ஆற்றலின் கடைசித் துளிவரை அனைத்தையும் தளராது அதில் செலுத்துங்கள். பின்வாங்கக் கூடாது. பிறகு பாருங்கள்... சத்தியத்தின் பேரொளி இந்தப் பிரபஞ்சம் முழுவதையும் பிரகாசிக்க வைக்கும்.

ஒரு நாயிடம் புத்த தன்மை உள்ளதா? இது, வாழ்வா சாவா என்ற விஷயம். ஒரு நாயிடம் அது இருக்கிறதா அல்லது இல்லையா என்று நீங்கள் ஆச்சரியப்பட்டால், உடலையும் உயிரையும் பறிகொடுத்துவிடுவீர்கள் என்பது நிச்சயம்.!

❖❖❖

2. நரியின் விமோசனம்

ஜென் பற்றி ஹையாக்குஜோ போதனை செய்து கொண்டிருந்தபோது ஒரு நாள்கூட தவறாமல் அங்கு வந்து, பிக்குகளுடன் உட்கார்ந்து பிரசங்கத்தைக் கேட்டுக் கொண்டிருந்தார் ஒரு முதியவர். பிரசங்கம் முடிந்து எல்லோரும் புறப்படும்போது அவரும் அங்கிருந்து போய்விடுவார். ஒரு நாள், எல்லோரும் புறப்பட்டுப்போன பிறகும் அவர் மட்டும் போகவில்லை. அதைக் கவனித்த ஹையாக்குஜோ, "யார் நீங்கள்" என்று கேட்டார்.

"சொல்கிறேன்...நான் மனித ஜீவன் அல்ல. நீண்ட நெடுங்காலத்திற்கு முன்பு கஷ்யப புத்தர் (தொன்மையான ஏழு புத்தர்களில் ஆறாவது புத்தர்) இந்த உலகத்திற்கு போதனை செய்தபோது, நான் இந்த மலைப் பிரதேசத்தின் தலைமைப் பிக்குவாக இருந்தேன். அப்போது ஒரு சந்தர்ப்பத்தில் என்னிடம் ஒரு பிக்கு, "ஞானமடைந்த ஒரு மனிதர் மறுபடியும் கர்ம பலன் சட்ட திட்டத்திற்கு உட்படுவாரா?" என்று கேட்டார்.

"உட்படமாட்டார்" என்று நான் பதில் சொன்னேன். அதனால் நரியாகிவிட்டேன். 500 தடவை மறுபிறவி எடுத்தும் இதுவரையில் நரியாகவே இருக்கிறேன். அருள் கூர்ந்து உங்களுடைய ஜென் வாக்கால், இந்தக் கதியிலிருந்து எனக்கு விமோசனம் கொடுங்கள்."

இப்படி வேண்டிக்கொண்ட அவர், "ஞானமடைந்த ஒருவர் கர்மபலன் சட்ட திட்டத்திற்கு கட்டுப்பட்டவரா?" என்று ஹையாக்குஜோவிடம் கேள்வி எழுப்பினார்.

"யாருமே கர்ம பலன் சட்ட திட்டத்திற்கு அப்பாற்பட்டவர் கிடையாது"

ஹையாக்குஜோவின் இந்தப் பதிலைக் கேட்டதுமே அந்த முதியவருக்கு ஞானம் சித்தித்தது. தலைவணங்கி, ஒரு வேண்டுகோளை முன்வைத்தார் அவர்.

"நரியாக மறுபிறவி எடுத்ததிலிருந்து நான் இப்போது விமோசனம் அடைந்துவிட்டேன். இந்த மலையின் மறுபக்கத்தில் என் சரீரம் கிடக்கிறது. மரணமடைந்துவிட்ட ஒரு பிக்குவுக்கு நடத்துவதுபோல எனது இறுதிச் சடங்குகளை நடத்த முடியுமா?"

அடுத்த நாள் அறிவிப்பு மணியை அடிக்க வைத்த ஹையாக்குஜோ, பிக்குகளிடம் விஷயத்தை அறிவித்தார். இறந்துவிட்ட ஒரு பிக்குவின் இறுதிச் சடங்குகள் மதிய உணவுக்குப் பிறகு நடைபெறும் என்று சொன்னதைக் கேட்ட பிக்குகள், "யாரும் நோயால் பாதிக்கப்படவில்லையே...மரண மடைய வில்லையே" என்று திகைத்துப்போனார்கள். மதிய

உணவு முடிந்ததும் ஹையாக்குஜோவைப் பின்தொடர்ந்து எல்லோரும் மலையடிவாரத்தின் இன்னொரு பக்கத்திற்கு சென்றார்கள். அங்கு செத்துக்கிடந்த ஒரு நரியின் உடலை தன் கையிலிருந்து குச்சியால் குத்தித் தூக்கிக் கொண்டு போனார் அவர். சம்பிரதாயப்படி எல்லோருமாக அதைத் தகனம் செய்தார்கள்.

மாலையில், பிக்குகளிடையே பிரசங்கம் செய்த ஹையாக்குஜோ, கர்ம பலன் விதி பற்றிய இந்தக் கதையைச் சொன்னார். இந்தக் கதையைக் கேட்டதும் ஒபாகு என்ற பிக்கு ஹையாக்குஜோவிடம் ஒரு கேள்வி கேட்டார்.

“நீண்ட காலத்திற்கு முன்பு தவறான பதிலைக் கூறிய வயது முதிர்ந்த ஒரு ஜென் குரு, நரியாக மாறி 500 தடவை மறுபிறவி எடுத்தார் என்று சொன்னீர்கள். ஆனால் ஒவ்வொரு தடவை பதில் சொல்லும் போது சரியான பதிலைக் கூறியிருந்தால் என்ன நடந்திருக்கும்?

“இப்படி கொஞ்சம் என் அருகே வா.. உனக்குப் பதில் சொல்கிறேன்” என்றார் ஹையாக்குஜோ.

அவர் அருகே சென்ற ஒபாகு, குருவின் கன்னத்தில் ஓங்கி அறைந்தார்.

கைகொட்டி சிரித்துக்கொண்டு உரத்த குருலில், “அந்த பார்ஸிக்காரன்தான் மிகவும் துணிச்சலானவன் என்று நினைத்திருந்தேன். இதோ இங்கே இன்னொரு துணிச்சலானவன் இருக்கிறான்” என்றார் ஹையாக்குஜோ.

முமோன் கருத்து :

"ஞானமடைந்த மனிதர் கர்ம பலனுக்கு அப்பாற்பட்டவர்".

இந்தப் பதில் எப்படி ஒரு பிக்குவை நரியாக மாற்றும்? "ஞானமடைந்த மனிதர் கர்ம பலனுக்கு அப்பாற்பட்டவர் அல்லர்".

இந்தப் பதில் எப்படி நரியாகப் பிறவியெடுத்து வந்த அவருக்கு விமோசனம் தந்திருக்கும்?

நீங்கள் இந்த விஷயத்தைக் கூர்ந்து கவனித்தால் ஹையாக்குஜோ கூறிய 500 மறுபிறவிகள் (அந்த முதியவரின்) கதையை நீங்கள் புரிந்து கொள்வீர்கள்.

கர்ம பலனிலிருந்து விடுபடுதல் அல்லது கட்டுப்படுதல்...

இந்த இரண்டுமே ஒரே நாணயத்தின் இரு பக்கங்கள்.

கர்மபலனுக்கு கட்டுப்படுதல் அல்லது விடுபடுதல்...

இந்த இரண்டுமே மீளமுடியாத தவறுகள்.

3. விரல் பலி

ஜென் பற்றி தன்னிடம் யார், எப்போது கேட்டாலும், தன் விரலை குடிய், உயர்த்திக் காட்டுவது வழக்கம். அவருடைய வேலைக்காரப் பையன் ஒருவன் இந்தப் பாணியை காப்பியடிக்க ஆரம்பித்தான்.

அங்கு வந்த ஒரு பார்வையாளர், அவனுடைய குரு என்ன போதித்து வந்தார் என்று அவனிடம் கேட்டார். உடனே அவன் தன் விரலை உயர்த்திக் காட்டினான்.

பொடியனின் இந்தக் குறும்புத்தனம் பற்றி கேள்விப்பட்ட குடிய், அவனைப் பிடித்து அவனுடைய விரலை கத்தியால் வெட்டியெறிந்தார். கதறிக்கொண்டே அவன் அந்த அறையை விட்டு வெளியே ஓடிவிட்டான். ஓடிப்போன அவனைத் தன்னிடம் அழைத்தார், குடிய். தலையைத் திருப்பி அவரைப் பார்த்தான். தன்னுடைய விரலை உயர்த்திக் காட்டினார், குடிய். அதைப் பார்த்த அந்த கணத்திலேயே சிறுவன் ஞானம் அடைந்தான்.

தனக்கு மரணம் நெருங்கிக் கொண்டிருந்த வேளையில் அங்கு குழுமியிருந்த பிக்குகளிடம் குடிய் சொன்னார்.

"இந்த ஒரு விரல் ஜென்னை நான் தென்ருயுவிடமிருந்து பெற்றேன். என் வாழ்நாள் முழுவதும் அதை உபயோகப் படுத்தியும்கூட அது இன்னமும் தீர்ந்துபோகவில்லை."

இப்படிச் சொல்லிவிட்டு மரணமடைந்தார், அவர்.

முமோன் கருத்து :

குடிய், அந்தச் சிறுவன்... இருவரும் விரல் நுனியைப் பார்த்ததாலேயே ஞானமடையவில்லை. இந்த சாதாரண உண்மையைப் புரிந்துகொள்ள முடியவில்லை என்றால் தென்ருயு, குடிய், அந்தச் சிறுவன் மற்றும் நீங்களும்கூட ஒரே மாதிரியானவர்கள்தான்.

வயது முதிர்ந்த தென்ருயுவை முட்டாளாக்கி விட்டார், குடிய்.

கூர்மையான கத்தியால் அந்தச் சிறுவனை துன்புறுத்தினார்.

தன் கையை அவர் உயர்த்தியதும், காஸன் (மிகஉயர்ந்த மலை) இரண்டாக பிளந்துவிட்டது என்பது போன்ற விஷயமல்ல அது.

✣✣✣

4. கண்டவர் விண்டிலர்

போதிதர்மரின் படத்தைப் பார்த்தவாறு, "ஏன் இந்தக் காட்டுமிராண்டிக்கு தாடியில்லை" என்று வாக்யு-யான் அலுத்துக் கொண்டார்.

முமோன் கருத்து :

நீங்கள் ஜென்னை கற்றுக்கொள்கிறீர்கள் என்றால் அதை முழுமனதோடு கற்க வேண்டும். நீங்கள் ஞானமடையும் போது அது மெய்ஞானமாகத்தான் இருக்கவேண்டும்.

உண்மையிலேயே நீங்கள் போதிதர்மரை நேருக்கு நேர் சந்திக்கும்போது, இறுதியில் அது சரியாக உங்களுக்கு வாய்த்துவிடுகிறது. ஆனால், நீங்கள் அதை வார்த்தைகளால் விவரிக்கத் தொடங்கும்போது குழப்பத்தில் மாட்டிக் கொள்கிறீர்கள்.

ஒரு முட்டாளிடம் நீங்கள் கண்ட கனவை விவரிக்காதீர்கள்.

அந்தக் காட்டுமிராண்டிக்குத் தாடியில்லை.

தெளிவில் உங்களால் எப்படிக் குழப்பத்தைப் புகுத்த முடியும்?

5. மலை உச்சியில் ஊசலாட்டம்

"இது (ஜென்), மலைமுகட்டின் விளிம்பில் இருக்கும் ஒரு மரத்தை பற்களால் கவ்வியவாறு, தொங்கிக் கொண்டிருக்கும் ஒரு மனிதனை (பிக்கு)ப் போன்றது. அவன் கைகள் மரத்தின் எந்தக் கிளையையும் பிடித்திருக்கவில்லை. பாதங்கள் எதன் மீதும் பதிந்திருக்கவில்லை.

இப்படித் தொங்கிக் கொண்டிருந்தவனிடம் அந்த மரத்தடியில் இருந்த இன்னொருத்தன் கேட்டான்.

'மேற்கிலிருந்து (இந்தியா) எதற்காகப் போதிதர்மர் சீனாவுக்கு வந்தார்?'

மரத்தைக் கவ்விக் கொண்டிருந்தவன் இதற்குப் பதில் சொல்லாவிட்டால் கேள்வியை நழுவ விடுகிறான். பதில் சொல்வதற்கு வாயைத் திறந்தால்... அதல பாதாளத்தில் விழுந்து உயிரை விட்டுவிடுவான். இந்த நிலையில் அவனால் என்ன செய்யமுடியும்?" என்று கேட்டார் கியோஜென்.

முமோன் கருத்து :

பிரவாகமாகப் பொங்கும் சொல்லாற்றல் கொண்டவராக நீங்கள் இருந்தாலும் (இப்படிப்பட்ட இக்கட்டான சூழ்நிலையில்) அது எள்ளளவுக்குக்கூடப் பயன்படாது. புத்த சூத்திரங்கள் அனைத்தையும் விளக்கமாக எடுத்துக் சொல்லும் வல்லமை பெற்றிருந்தாலும் அது பயன்படாது.

அந்தக் கேள்விக்கு உங்களால் பதிலைச் சொல்ல முடிந்தால், உயிரோடு இருப்பவர்களைச் சாகடித்து, செத்துப்போனவர்களுக்கு உயிரூட்டுபவர்களின் பாதையில் செல்பவனாகிறீர்கள். ஆனால், உங்களால் பதில் சொல்ல முடியாவிட்டால் வருங்காலத்தின் புத்தரான மைத்ரேயர் வரும்வரையில், யுக யுகமாகக் காத்திருக்க வேண்டியதுதான்.

உண்மையிலேயே கொடூர ரசனை கொண்டவர் கியோஜென்.

எங்கும் விஷத்தைப் பரப்புகிறார்.

அதைப் பிக்குகளின் வாயில் திணிக்கிறார்.

மரணமடைந்த பிறகும் கூட அவர்களின் விழிகளில் கண்ணீர் மழையைக் கொட்டச் செய்கிறார்.

❖❖❖

6. மலரில் மாயம் காட்டிய புத்தர்

முன்னொரு காலத்தில் கிருத்ரகுடா மலைப்பகுதியில் புத்தர் தங்கியிருந்தார். அந்த சமயத்தில் தன் முன்னே கூடியிருந்த பிக்குகள் முன்பு ஒரு மலரை விரலால் சுழற்றிக் காட்டினர். எல்லோரும் மவுனம் காத்தனர். மஹா கஷ்யபர் மட்டும் நிறைந்த மனதுடன் புன்னகைத்தார்.

"உண்மையான போதனையின் அடிநாதம், நிர்வாண நிலையின் மூலாதாரம், வடிவமற்ற வடிவம், தர்மத்தின் சூட்சுமக் கதவு... இவையெல்லாம் என்னிடம் உள்ளன. வார்த்தைகளுக்கு அப்பாற்பட்டு, எல்லாவற்றுக்கும் அப்பாற்பட்டு அளிக்கக் கூடிய போதனைகளை நான் இப்போது மஹா கஷ்யபருக்கு வழங்குகிறேன்" என்று புத்தர் மொழிந்தார்.

முமோன் கருத்து :

நல்லவர்களுக்கு வலுக்கட்டாயமாக, அடாவடியாக கேடு விளைவித்தார், பொன்முக புத்தர். நாய்க்கறியை ஆட்டுக்கறி என்று சொல்லி விற்பனை செய்தார். அதை உண்மை என்று நம்பவைத்து அதில் வெற்றி பெற்று விட்டதாகவும் நினைத்துக் கொண்டார். அங்கு கூடியிருந்த அனைவருமே சிரித்திருந்தால் என்ன நடந்திருக்கும்?

உண்மையான போதனையின் அடிநாதத்தை அவரால் எப்படி இன்னொருவருக்குக் கொடுத்திருக்க முடியும்? அல்லது, கஷ்யபர் புன்னகைக்காமல் இருந்திருந்தால் அவரால் எப்படி அந்தப் போதனையை அளித்திருக்கமுடியும். அப்படி இன்னொருவரிடம் அதைச் சேர்க்க முடியும் என்றால் அவருக்கும் நகர நுழைவாயிலில் ஏமாற்றிப் பணம் பிடுங்கும் பொன்முகம் கொண்ட மோசடிப் பேர்வழிக்கும் எந்த வித்தியாசமும் இல்லை. அதை இன்னொருவருக்கு அளிக்க முடியாது என்றால், மஹா கஷ்யபருக்கு மட்டும் அவர் எப்படிக் கொடுத்தார்?

மலரைச் சுழற்றும் போது பாம்பின் (அவரின் பொய்முகம்) வால் மட்டும் தெரிந்தது.

மஹா கஷ்யபர் புன்னகைத்தார்.

பிக்குகள் அனைவரும் என்ன செய்வதென்று தெரியாமல் இருந்தனர்.

❖❖❖

7. கழுவிவைத்த கலயத்தில் பொங்கிய ஞானம்

ஜோஷுவைச் சந்தித்த ஒரு பிக்கு வேண்டுகோள் ஒன்றை முன்வைத்தார்.

"நான் இந்த மடலாயத்திற்கு இதோ இப்போதுதான் வந்திருக்கிறேன். அருள் கூர்ந்து நீங்கள் எனக்குப் போதனை செய்ய வேண்டும்."

"நீங்கள் புல்லரிசிக் கூழ் குடித்தீர்களா..?" அந்தப் பிக்குவிடம் ஜோஷு கேட்டதும் "நான் அதைக் குடித்துவிட்டேன்" என்று பதிலளித்தார்.

"சரி... போய் உங்கள் கலயத்தைக் கழுவி வையுங்கள்..."

இதைக் கேட்ட அந்தத் தருணத்திலேயே ஞானமடைந்தார் அவர்.

முமோன் கருத்து :

வாயைத் திறந்து ஜோஷு, இரைப்பையையும் (உண்மை மனம்) இதயத்தின் ஆழத்தையும் காட்டினார். ஒரு வேளை அந்த பிக்கு கவனமாகக் கேட்காமல் உண்மையை நழுவவிட்டிருந்தால் வயிற்றை வெறும் பானையாகத்தான் நினைத்திருப்பார்.

அதைத் தெளிவாகவும் எளிமையாகவும் அவர் எடுத்துச் சொன்னார்.

அதன் உள்ளர்த்தத்தைப் புரிந்து கொள்வதற்கு வெகு நேரம் ஆகியிருக்கலாம்.

கையில் ஒளிரும் லாந்தரை வைத்துக் கொண்டு அடுப்புப் பற்ற வைப்பதற்கு, நெருப்பைத் தேடிச் செல்வது முட்டாள்தனம் என்பதை ஒருவர் உணர்ந்து விட்டார்.

அரிசி வெந்து சாதமாவதற்கு நீண்ட நேரம் ஆகாது.

✤✤✤

8. கெய்ச்சூவின் சக்கரம்

ஒரு பிக்குவிடம் கேள்வி ஒன்றை கெட்டான் எழுப்பினார். "நூறு வண்டிகளை, கெய்ச்சூர் (பண்டைய புராணங்களில் குறிப்பிடப்பட்டுள்ள தச்சர்) உருவாக்கினார் என்று வைத்துக் கொள்வோம். நாம் அந்தச் சக்கரங்களை கழற்றி ஆரக்கால்களை இணைக்கும் அச்சையும் அகற்றிவிட்டால் என்ன நடக்கும்?"

முமோன் கருத்து :

இந்தக் கேள்விக்கு உடனடியாக யாராலாவது பதில் சொல்ல முடிந்தால் அவருடைய கண்கள் எரிநட்சத்திரத்தைப் போல ஒளிப் பிழம்பாக ஜொலிக்கும். அவருடைய மனம் மின்னலைப் போலப் பளிச்சிடும்.

கடையாணி இல்லாத சக்கரம் சுழலும் போது

என்ன செய்வதென்று தெரியாமல் குருவே திகைத்து நிற்பார்.

சொர்க்கத்திற்கு மேலேயும் பாதாளத்திற்கு அடியிலும்

கட்டுப்பாடில்லாமல் தெற்கு, வடக்கு, கிழக்கு, மேற்கு என்ற

எந்தத் திக்குத் திசையும் தெரியாமல் சுழலும்.

❖❖❖

9. தியானம் கைகூடாத ஒரு புத்தர்

செய்ஜோவிடம் ஒரு பிக்கு கேட்டார். "பத்து கல்பங்களாக தியானக் கூடத்தில் டய்ட்ஸு சிய்ஷோ புத்தர் தியானம் செய்தும், அவரால் மேலான சத்தியத்தை உணர முடியவில்லையே...! அப்படி உணராததால் முக்தியை எட்ட முடியவில்லையே... ஏன் இந்த நிலைமை...?

"உங்களுடைய கேள்வி சாலப் பொருத்தமான கேள்வி...!" என்றார் செய்ஜோ.

அந்தப் பிக்கு மறுபடியும் கேட்டார்.

"தியானக் கூடத்தில் தியானம் செய்தும் அவருக்கு ஏன் புத்த தன்மை சித்திக்கவில்லை?"

"ஏனென்றால் அவர் அதை எட்டவில்லை" என்று பதிலளித்தார் செய்ஜோ.

முமோன் கருத்து :

உங்களுக்கு அந்தப் பழைய இந்தியரைத் (புத்தர்) தெரிந்திருக்கலாம். ஆனால் அவரைப் புரிந்து கொள்வதற்கு நீங்கள் அனுமதிக்கப்படவில்லை. ஒரு சாதாரண மனிதர் ஞானமடைந்துவிட்டால், அவர் ஒரு ரிஷி. ஆனால் அந்த ரிஷி ஒரு புரிதலைப் பற்றிக் கவலைப்பட்டால், அவர் ஒரு சாதாரண மனிதனே.

சரீரத்தை ஓய்வடைய வைப்பதைவிட இதயத்தை ஓய்வெடுக்க வைப்பதே மேல்.

மனம் உணர்ந்து கொண்டால் சரீரத்தைப் பற்றி கவலைப்பட வேண்டியதே இல்லை.

மனமும் சரீரமும் முற்றிலும் ஒன்றாக ஐக்கியமாகி விடுவதுதான் மிகச் சரியான ரிஷி வாழ்க்கை. போற்றிப் புகழ்வதெல்லாம் முற்றிலும் அர்த்தமற்றது.

10. பரம ஏழையின் குபேர ஆசை

ஸீய்ஜாய் என்ற ஒரு பிக்கு சோஜனிடம் கேட்டுக் கொண்டார். "நான் தன்னந்தனியாக இருக்கும் ஓர் ஏழை. எனக்கு முக்தி என்ற பிச்சையிடுங்கள் குருவே..."

"அகார்யா ஸீய்ஜாய்...!"

"குருவே...?"

"யாரோ ஒருவன் ஸீய்ஜென் ஹகு ஒயினை மூன்று கலையம் குடித்துவிட்டு உதடு கூட நனையவில்லை என்கிறான்."

முமோன் கருத்து :

ஸீய்ஜாய் அளவுக்கு மீறியே தன் பங்கைச் செய்திருக்கிறார். அப்படியானால் அவருடைய உண்மையான மனநிலைதான் என்ன?

அவர் மனதிற்குள் என்ன இருக்கிறது என்பதைப் பார்த்துத்தான் அந்த அர்த்தத்தில் சோஜன் சொன்னார். இது இப்படியும் இருக்கலாம். அகார்யா ஸீய்ஜாய்க்கு எங்கிருந்து அந்த ஒயின் கிடைத்தது?

ஹன்ஜென்னைப் போன்ற பரம ஏழை, அவர்.

கொயுவைப் போன்று உத்வேகம் பெற்றவர் அவர்.

படாதபாடுபட்டு வாழ்க்கையை ஓட்டிக் கொண்டிருக்கிறார்.

ஆனாலும் கோடீஸ்வரனே பொறாமைப்படும் அளவுக்கு வாழ்க்கை நடத்த விரும்புகிறார்.

11. முஷ்டி காட்டிய ஞானம்

ஒரு துறவியிடம் சென்ற ஜோஷு கேட்டார்.

"என்ன நடக்கிறது...? என்ன நடக்கிறது..? நீங்கள் ஏதாவது ஜென் வைத்திருக்கிறீர்களா?"

அந்தத் துறவி தனது முஷ்டியை உயர்த்திக் காட்டினார்.

"இங்கே தண்ணீரின் ஆழம் மிகவும் குறைவாக இருப்பதால் நங்கூரம் பாய்ச்ச முடியாது" என்று சொல்லிவிட்டு அங்கிருந்து புறப்பட்டுப் போய்விட்டார் ஜோஷு.

ஒரு சில நாட்களுக்குப் பிறகு மறுபடியும் அதே துறவியிடம் சென்றார்.

“என்ன நடக்கிறது...? என்ன நடக்கிறது?” என்று கேட்டார்.

அந்தத் துறவி மறுபடியும் ஜோஷுவிடம் தனது முஷ்டியை உயர்த்திக் காட்டினார்.

“நல்லபடியாக கொடுக்கப்பட்டது. நல்லபடியாகப் பெற்றுக் கொள்ளப்பட்டது. நல்லபடியாக கொல்லப்பட்டது. நல்லபடியாக காப்பாற்றப்பட்டது” என்று சொல்லி அந்தத் துறவியை சிரம் தாழ்த்தி வணங்கினார் ஜோஷு.

முமோன் கருத்து :

இரண்டு தடவையும் உயர்த்தப்பட்ட முஷ்டி ஒன்றுதான். பிறகு எதற்காக ஒரு தடவை ஏற்றுக் கொள்ளப்பட்டது. இன்னொரு தடவை நிராகரிக்கப்பட்டது. இந்த இரண்டுக்கும் இடையில் குழப்பம் எங்கிருந்து வந்தது என்று சொல்லுங்கள்.

இதன் உண்மையான விளக்கத்தை ஒரே வார்த்தையில் உங்களால் கொடுக்க முடிந்தால், நரம்பில்லாத தன் நாக்கை எப்படி வேண்டுமானாலும் தன் இஷ்டத்திற்குப் பயன்படுத்து வதில் அவருக்கு எந்தத் தடையும் இல்லை என்பதை நீங்கள் உணர்ந்து கொள்வீர்கள்.

இது அப்படி இருந்தாலும், அந்தத் துறவி இரண்டு தடவையும் ஜோஷுவை தன் அகக் கண் மூலம் உள்முகமாகப் பார்த்திருக்கலாம்.

இரண்டாவது துறவியைவிட மேன்மையானவராக (அல்லது தாழ்ந்தவராக) முதலாவது துறவி இருப்பாரோ என்று நீங்கள் வியப்படைந்தால், உங்களுக்கு அகக்கண் கிடையாது என்றுதான் அர்த்தம்.

அவருடைய கண், ஒரு எரிநட்சத்திரத்தைப் போன்றது.
ஜென் இயங்குதல் மின்னலைப் போன்றது.
மனிதனைக் கொல்லும் அதே வாள்தான்
அவனைக் காப்பாற்றுகிறது.

12. கேள்வியும் அவரே...
பதிலும் அவரே...

தினம் தினம் தன்னைத்தானே 'குருவே' என்று அழைத்துக் கொள்ளும் பழக்கம் கொண்ட ஜியுகன் 'என்ன குருவே' என்று தனக்குத் தானே பதிலும் சொல்லிக்கொள்வார்.

"விழித்திரு...விழித்திரு..." என்று கூறுவதோடு "அப்படியே குருவே..." "அப்படியே குருவே..." என்று பதிலும் அளித்துக் கொள்வார்.

"இப்போதிலிருந்து மற்றவர்கள் உன்னை ஏமாற்றிவிடாமல் பார்த்துக் கொள்..."

"சரி குருவே...! இனி அப்படி ஏமாற மாட்டேன்."

முமோன் கருத்து :

விற்பவரும் குரு ஜியுகன்தான். வாங்குபவரும் அவரேதான். ஏராளமான சாமி பொம்மைகளையும், சாத்தான் பொம்மைகளையும் வைத்துக்கொண்டு விளையாடுகிறார்.

ஏன் அப்படி நடந்து கொள்கிறார்? ஒரு முகமூடியைப் போட்டுக் கொண்டு கேள்வி கேட்கும் அவரே இன்னொரு முகமூடியுடன் பதில் சொல்கிறார். "விழித்திரு" என்று சொல்லும்போது ஒரு முகமூடியுடனும் "மற்றவர்களிடம் ஏமாறாதே" என்று சொல்லும்போது மற்றொரு முகமூடியுடனும் இருக்கிறார்.

இவற்றில் ஏதாவது ஒன்றுடன் நீங்கள் உடன்பட்டால் முற்றிலுமாகத் தவறு செய்து விடுகிறீர்கள். ஜியுகனை நீங்கள் காப்பியடித்தால் இவையெல்லாமே நரி வேஷமாகிவிடும்.

ஜென் மார்க்கத்தைத் தேடிச் செல்லும் யாரும் உண்மையான சுயத்தை உணராதவர்கள்.

அகந்தை கொண்ட ஆன்மாவை அடையாளம் காண்பவர்கள் அவர்கள்.

இந்த அகந்தை கொண்ட ஆன்மாதான் பிறப்பு மற்றும் இறப்பின் வித்து.

முட்டாள் ஜனங்கள் இதை உண்மையான, அசலான சுயம் என்று நினைத்துக் கொள்கிறார்கள்.

13. முடிவும்...முதலும்...

ஒரு நாள், தனது சாப்பாட்டுக் கிண்ணத்துடன் டோக்யுசான் தியானக் கூடத்திலிருந்து உணவுக் கூடத்திற்கு வந்தார். இவர் வந்துகொண்டிருந்ததைப் பார்த்த ஸெப்போ, கேட்டார்.

"இன்னும் சாப்பாட்டு மணி அடிக்கவில்லையே. அதற்குள் சாப்பாட்டுக் கிண்ணத்துடன் எங்கே போய்க் கொண்டிருக்கிறீர்கள்.

இப்படிக் கேட்டதுமே தன் அறைக்குத் திரும்பிவிட்டார் டோக்யுசான். இந்தச் சம்பவம் பற்றி கண்டோவிடம் கூறினார் ஸெப்போ.

"டோக்யுசானின் இப்போதைய நிலையில், ஜென்னின் இறுதி உண்மைக்குள் அவர் மூழ்கவில்லை" என்றார் கண்டோ.

இப்படிச் சொன்னதைப் பற்றிக் கேள்விப்பட்டார் டோக்யுசான். ஓர் இளம் துறவியை கண்டோவிடம் அனுப்பி அவரைத் தன்னிடம் அழைத்துவரச் சொன்னார்.

"நீங்கள் என்னுடைய ஜென்னை ஒப்புக்கொள்ளவில்லை என்று கேள்விப்பட்டேன்". டோக்யுசான் இப்படிக் கேட்டதும், தான் எந்த அர்த்தத்தில் அப்படிச் சொன்னதாக அவர் காதில் கிசுகிசுத்தார், கண்டோ. எதுவுமே பேசாமல் கண்டோவை

அங்கேயே விட்டுவிட்டுச் சென்றார், டோக்யுசான். அடுத்த நாள் பிரசங்க மேடையில் முற்றிலும் மாறுபட்ட பிரசங்கத்தை நிகழ்த்தினார், இவர். அந்த அரங்கத்தில், முன்னே வந்து கைகளைத் தட்டிச் சிரித்த பிறகு சொன்னார்:

"என்ன ஒரு சந்தோஷமான விஷயம். இந்த முதியவர் ஜென்னின் இறுதி உண்மையை வசப்படுத்திக் கொண்டிருக்கிறார்.

இப்போதிருந்து சொர்க்கத்திலும் சரி...பூமியிலும் சரி... இவரை விஞ்சுபவர் யாருமே இல்லை".

முமோன் கருத்து :

ஜென்னின் இறுதி உண்மையைப் பொறுத்தவரையில் டோக்யுசான், காண்டோ... இந்த இருவருமே

இப்படிப்பட்ட ஒன்றைப் பற்றிக் கனவுகூடக் கண்டதில்லை. இந்த விஷயத்தை நாம் கவனித்துப் பார்த்தால், இந்த இருவரும் வெறும் போலிகள், கைப்பாவைகள் என்பது விளங்கும். இப்படிப்பட்டவர்களின் பேச்சு முட்டாள்தனமாக இல்லாமல் வேறு எப்படி இருக்கும்.

முதலாவது உண்மையைப் புரிந்து கொள்பவர்கள்

முடிவான உண்மையையும் புரிந்து கொள்கிறார்கள்.

முடிவும்... முதலும்...

இந்த இரண்டுமே ஒன்றுதானே?

14. கத்தி கைமாறியிருந்தால்...?

கிழக்கு மற்றும் மேற்குப்பகுதி கூடங்களைச் சேர்ந்த பிக்குகள் ஒரு பூனைக் குட்டிக்காக சண்டைபோட்டுக் கொண்டிருந்ததை நான்செ‌ன் பார்த்தார். அவர்களிடமிருந்து அந்தப் பூனைக்குட்டியைப் பிடுங்கி வைத்துக் கொண்டு சொன்னார்.

"நீங்கள் (உங்களில் யாராவது) சொல்லிவிட்டால் (ஒரு ஜென் வார்த்தையை) இது உங்களுக்குக் கிடைக்கும். இல்லாவிட்டால் இதைக் கொன்று விடுவேன்."

யாராலும் பதில் சொல்ல முடியவில்லை. அதனால், அந்தப் பூனைக் குட்டியை இரண்டு துண்டாக வெட்டிப்போட்டார்.

அன்று மாலை ஜோஷு வந்ததும் நடந்த விஷயத்தை நான்சென் அவரிடம் சொன்னார்.

அதைக் கேட்டவுடனேயே தன் செருப்புகளைக் கழற்றினார். அவற்றைத் தலைமேல் தூக்கிவைத்துக் கொண்டு அங்கிருந்து வெளியேறினார்.

"நீங்கள் மட்டும் அப்போது அங்கே இருந்திருந்தால் அந்தப் பூனைக்குட்டியைக் காப்பாற்றியிருப்பீர்கள்" என்றார் நான்சென்.

முமோன் கருத்து :

எதற்காகத் தன் காலணிகளைத் தூக்கி தலைமீது வைத்துக்கொண்டார் ஜோஷு?

இந்தக் கேள்விக்கு ஒரு வார்த்யையில் உங்களால் பதிலளிக்க முடிந்தால் நான்செனின் முயற்சிகளை நீங்கள் புரிந்துகொண்டவர். இல்லையென்றால் நீங்கள் பேராபத்தில் சிக்கிக் கொண்டவர்.

ஜோஷு அங்கே இருந்திருந்தால்,

அங்கே நடந்ததற்கு நேர் மாறான விஷயம் நடந்திருக்கும்.

ஜோஷு அந்தக் கத்தியை பிடுங்கிக் கொண்டிருப்பார்....

தன் உயிருக்காக நான்சென் அவரிடம் மன்றாடியிருப்பார்..!

✣✣✣

15. விழிப்படைய வைத்த மிரட்டல்

தன்னை வந்து பார்த்த டோஜானிடம், "எங்கிருந்து வருகிறாய்?" என்று கேட்டார் அன்-மோன்.

"ஸாடோவிலிருந்து வருகிறேன்."

"கோடைகாலத்தில் எங்கிருந்தாய்...?"

"கோனன் மாகாணத்தில் உள்ள ஹோஜி கோவிலில்..."

மேலும் கேள்வியைத் தொடர்ந்தார் அன்மோன்.

"அங்கிருந்து எப்போது கிளம்பினாய்?"

"ஆகஸ்டு 25-ல் புறப்பட்டேன்.."

"உனக்கு 60 அடிகள் கொடுத்திருக்க வேண்டும். ஆனால் இன்று நான் உன்னை மன்னித்துவிட்டேன்" என்று டோஜானிடம் கூறினார் அன்-மோன்.

அடுத்த நாள் அன்-மோன் முன்னே மண்டியிட்டு மிகவும் பணிவுடன் தலைவணங்கிக் கேட்டார், டோஜான்.

"நேற்று எனக்கு 60 அடிகள் தராமல் மன்னித்துவிட்டீர்கள். ஆனால் எந்த விதத்தில் நான் தவறு செய்தேன் என்று எனக்கு இன்னமும் புரியவில்லை."

அன்-மோன் அவருக்கு விளக்கமளித்தார்:

"நீ ஒரு உதவாக்கரை சாப்பாட்டு ராமன். கோனனுக்கும் ஹோஜிக்குமாக நீ வெட்டித்தனமாக சுற்றித் திரிந்தது ஆச்சரியமான சங்கதி இல்லை."

இதைக் கேட்ட அந்தத் தருணத்திலேயே டோஜான் விழிப்படைந்தார்.

முமோன் கருத்து :

டோஜானுக்கு அன்-மோன் உண்மையான ஜென் உபதேசத்தை அளித்தார்.

எப்படி வாழ்க்கையை வாழ வேண்டும் என்பதற்கான ஒரு பாதையைக் காட்டினார். ஒரு முடிவுக்கு வந்து விடுவதிலிருந்து டோஜானை தடுத்து நிறுத்தி உதவினார். அன்று இரவு முழுவதும் 'ஆம்', 'இல்லை' என்ற அலைகளுக்கு இடையே

அல்லாடியும் எந்த முடிவுக்கும் வரமுடியவில்லை. விழிப்படைவதற்காக, பொழுது விடிந்ததும் அன்-மோனை நாடிச் சென்றார், டோஜான். அவர் ஒன்றும் அவ்வளவு பழக்கப்படாதவராயிற்றே... அனுபவம் இல்லாதவராயிற்றே...

இப்போது நான் உங்களைக் கேட்கிறேன் :

டோஜான் அந்த 60 அடிகளைப் பெற்றிருக்க வேண்டியவரா? நீங்கள் ஆமாம் என்று சொன்னால், டோஜானுக்கு மட்டுமல்ல, எல்லோருக்குமே 60 அடிகள் விழுந்திருக்க வேண்டியது. இல்லை என்பது உங்கள் பதில் என்றால் அன்-மோன் ஒரு மோசடிப் பேர்வழி. இதை நீங்கள் தெளிவாகப் புரிந்து கொண்டிருந்தால் நீங்களும் டோஜானும் ஒரே ரகம்.

சிங்கம் தன் குட்டிகளுக்கு முரட்டுத்தனமாக கற்றுக் கொடுக்கிறது.

எட்டி உதைத்துத் தள்ளுகிறது, தாய்

குதிக்கின்றன குட்டிகள்.

அன்-மோன் எய்த வார்த்தைகள் டோஜானின் இதயத்தைத் துளைத்தன.

அன்மோனின் முதல் அம்பு மேலோட்டமாகத் தாக்கியது.

இரண்டாவது அம்பு ஆழமாகத் துளைத்தது.

❖❖❖

16. கேட்கும் விழிகள்

"இந்த உலகம் பரந்து விரிந்துள்ளது ; மணியோசை கேட்டவுடன் நீங்கள் எதற்காக ஏழு மடிப்பு அலங்கார அங்கியை அணிந்து கொள்கிறீர்கள்?" என்று கேட்டார், அன்-மோன்.

முமோன் கருத்து :

தியானம் மூலம் ஒருவர் ஜென்னைக் கற்கும் போது ஓசை மீதும் நிறம் மீதும் உள்ள பற்றுதல் துண்டிக்கப்படுகிறது. ஓசையைக் கேட்டு சிலர் ஞானமடைந்திருக்கிறார்கள். ஒரு நிறத்தைப் பார்த்து விழிப்படைந்திருக்கிறார்கள். இருந்தாலும்கூட இதெல்லாம் சாதாரண விஷயங்கள். ஜென்னில் கரை கண்டு விட்டவர்களாக மாறுவதற்கு விருப்பம் கொண்டுள்ளவர்கள்

எல்லாம் ஓசைகளையும், வண்ணங்களையும் தங்குதடையில்லாமல் கடந்து வந்து விடுகிறார்கள்; எல்லாவற்றின் இயல்புகளும் மனதின் ஒவ்வொரு அசைவும் அவர்களுக்கு தெளிவாகத் தெரிகின்றன. இது இப்படி இருந்தாலும் இப்போது நீங்களே சொல்லுங்கள்.

ஒலி காதை வந்தடைகிறதா அல்லது ஒலியை நோக்கி காது செல்கிறதா?

ஆனால் ஒலியும் மவுனமும் மறக்கப்படும்போது அந்த நிலையை நீங்கள் என்னவென்று சொல்வீர்கள்? உங்கள் காதுகளால் நீங்கள் கேட்டால் உண்மையாகக் கேட்பது சிரமம்தான்.

ஆனால் உங்கள் கண்களால் கேட்கிறீர்கள் என்றால் நீங்கள் சரியாக, முறையாகக் கேட்கத் தொடங்கிவிடுகிறீர்கள்.

நீங்கள் விழிப்படைந்திருந்தால் எல்லாமே ஒன்றுதான்.

நீங்கள் விழிப்படையாமல் இருந்தால் எல்லாமே வேறுபட்டவை; மாறுபட்டவை.

நீங்கள் விழிப்படையாமல் இருந்தால் எல்லாம் ஒன்றுதான்.

நீங்கள் விழிப்படைந்திருந்தால் எல்லாமே வேறுபட்டவை, மாறுபட்டவை.

✣✣✣

17. மூன்று அழைப்புகள்

பேரரசரின் ஆசானான கொகுஷி, தனது உதவியாளர் ஓஷினை மூன்று முறை கூப்பிட்டார். "இதோ வருகிறேன்..." என்று மூன்று முறையும் ஓஷின் பதிலளித்தார்.

"உன்னை நான் அவமதித்துவிட்டதாக நினைத்து விட்டேன். ஆனால், உண்மையில் நீதான் என்னை அவமதித்து விட்டாய்" என்று சொன்னார் கொகுஷி.

முமோன் கருத்து :

ஓஷினை கொகுஷி மூன்று முறை கூப்பிட்டார். நா வறண்டு போகும் அளவுக்கு கத்தினார். மூன்று முறையும் பதிலளித்து, 'தாவோ'வுடன் தான் இசைந்திருப்பதை ஓஷின் வெளிப்படுத்தினார். வயதாகிக்கொண்டிருக்கும் நிலையில் தனிமையில் இருக்கும் கொகுஷி, பசுவின் தலையை கீழே அழுத்தி புல்லைத் தின்ன வைக்கக்கூட முயன்று பார்த்தார்.

வயிறு நிரம்பி விட்டதால், சாப்பிட ஆசை இல்லாமல் இருக்கும் ஓஷின், தனது ஜென்னை வெளிப்படுத்துவதில் சிரமப்படவில்லை. தேசம் செழித்துக் கொழிக்கும்போது, எல்லோருமே ஒரேயடியாக பெருமைப் (வெறும் உணவை உண்பதில்) படுகிறார்கள்.

கேங்கா சிறை, ஒரு துவாரம்கூட இல்லாத இரும்புச் சிறையாக இருக்கும் நிலையில் (கொகுஷியின்) சீடர்களுக்கு அமைதியும் இல்லை; ஓய்வும் இல்லை

ஜென் போதனையை வசப்படுத்திக் கொள்வதற்கு நீங்கள் விரும்பினால்...

கல்லும் முள்ளும் நிறைந்த மலை மீது வெறும் காலுடன் நீங்கள் ஏறத்தான் வேண்டும்.

18. புத்தர் என்றால் சணல் கயிறு!

தோஜானிடம் ஒரு பிக்கு கேட்டார்.

"புத்தர் என்றால் என்ன?"

"மூன்று பவுண்ட் சணல் கயிறு..." என்று பதிலளித்தார்.

முமோன் கருத்து :

தோஜானின் ஜென் ஒரு முத்துச் சிப்பியைப் போன்றது. இரு பாதியாக சிப்பி விரியும் போது, உங்களால் உள்ளே முழுமையாகப் பார்க்க முடியும். அது ஒரு பக்கம் இருக்கட்டும். இப்போது நீங்கள் எனக்குச் சொல்லுங்கள். "தோஜானின் உண்மையான உள் அம்சங்கள் என்ன?"

"வெறும் மூன்று பவுண்ட் சணல் கயிறு"

அவருடைய வார்த்தைகள் நெருக்கமானவை.

ஆனால் அவருடைய இதயம் இன்னும் நெருக்கமானது.

இது அல்லது அது என்பதையோ ஆம் மற்றும் இல்லை என்பதையோ யாராவது விளக்கினால்

அவரே ஆம் மற்றும் இல்லை என்பதில் அடங்கி விடுகிறார்.

❖❖❖

19. சாதாரண மனமே மார்க்கம்

நான்செனிடம் ஜோஷு கேட்டார்.

"மார்க்கம் எது?"

"உங்களுடைய சாதாரண மனம்–அதுதான் மார்க்கம்"

இந்தப் பதிலைக் கேட்டதும் ஜோஷு அடுத்த கேள்வியைக் கேட்டார்.

"அதை கிரகிக்க (கற்பதற்கு) முடியுமா?"

"மேலும் மேலும் இடைவிடாமல் நீங்கள் முயற்சி செய்யும் அதே அளவுக்கு அது நழுவிப்போகிறது."

நான்செனின் இந்தப் பதிலுக்குப் பிறகு மறுபடியும் ஒரு கேள்வி கேட்டார் ஜோஷு.

"இதுதான் மார்க்கம் என்பது உங்களுக்கு எப்படித் தெரியும்?"

"மார்க்கம், அறிவு சம்பந்தப்பட்டதல்ல. அறிவற்றது என்பதோடும் சம்பந்தப்பட்டதல்ல. அறிவு என்பது ஒரு மாயை. அறிவற்றது விசாரணைக்கு அப்பாற்பட்டது. சந்தேகமே இல்லாமல் இந்த மார்க்கத்தில் நீங்கள் நுழையும் போது பரந்து விரிந்த

விண்வெளியைப் போலவும், ஆழம் காண முடியாத வெறுமையைப் போலவும் சுதந்திரமானவராக மாறிவிடுகிறீர்கள். பிறகு எப்படி உங்களால் அதை 'ஆம்' அல்லது 'இல்லை' மூலம்

விளக்க முடியும்...?" இதைக் கேட்டதுமே ஜோஷு விழிப்படைந்தார்.

முமோனின் கருத்து :

ஜோஷு கேட்ட கேள்வி, ஒரு தாக்குதலிலேயே இல்லாமல் போய்விட்டது. மேலும் முப்பது வருடங்கள் சளைக்காமல் அந்த அர்த்தத்தை ஜோஷு பயன்படுத்தினாலும் அது தீரவே தீராது.

வசந்தத்தில் நூறு மலர்கள்,

இலையுதிர் காலத்தில் சந்திரன்

கோடையில் குளிர் தென்றல்...

குளிர்காலத்தில் பனி

உங்கள் மனதைப் பல விஷயங்கள் சூழாவிட்டால்

எப்போதுமே உங்களுக்கு சந்தோஷம்தான்.

20. ஷோகனின் பலசாலி

"பலசாலியான ஒரு மனிதனால் ஏன் தன் சொந்தக் காலில் நிற்க முடியவில்லை (ஜென்னுக்காக)?" என்று கேட்ட ஷோகன் மேலும் சொன்னார். "நாம் பேசுவது நமது நாக்கால் அல்ல."

முமோன் கருத்து :

தனது இதயத்தை வெளியே திறந்துகாட்டி இப்படிச் சொன்னார் ஷோகன். ஆனால் அதை உள்வாங்கிக் கொள்வதற்கு யாருமே இல்லை. யாராவது அதைப் புரிந்து கொள்ளத்தான் வேண்டும் என்றால், என்னிடம் வந்து நான் கொடுக்கும் அடிகளை வாங்கிக் கொள்ளுங்கள். சொக்கத் தங்கத்தைத் தெரிந்து கொள்வதற்கு நெருப்பில் அதை புடம் போட்டுத்தான் பார்க்க வேண்டும்.

என் கால்களை உயர்த்தி நறுமணம் பொங்கும் சமுத்திரத்தைத் தலைகீழாகப் புரட்டுகின்றேன்...

என் தலையைத் தாழ்த்தி நான்கு தியான சொர்க்கங்களைக் காண்கிறேன்...

இப்படிப்பட்ட அசுர பலம் கொண்ட சரீரம் ஓய்வெடுக்க இடமேயில்லை...

தயவு செய்து இந்த வரிகளை நீங்களே பூர்த்திசெய்து கொள்ளுங்கள்.

❖❖❖

21. வறட்டி

ஒரு பிக்கு அன்-மோனிடம் கேட்டார்.

"புத்தர் என்றால் என்ன?"

"வறட்டி" என்று பதிலளித்தார் அன்-மோன்.

முமோன் கருத்து :

அன்மோன் பரம ஏழையாக இருப்பதால் அவரால் வெறும் சாப்பாட்டின் அருமையை அறிந்து கொள்ள முடியாது என்றோ அல்லது கிறுக்கல்களில்கூட பதில் சொல்ல முடியாத அளவுக்கு வேலை மும்முரத்தில் மூழ்கிவிட்டார் என்றோதான் நாம் சொல்லவேண்டும். வறட்டி என்று சொல்லி தனது கொள்கையையே அவர் தட்டிக் கழிக்கிறார். புத்த போதனைகளெல்லாம் எப்படி சீரழிக்கப்பட்டு வருகின்றன என்பதைப் பாருங்கள்.

மின்னல் வெட்டுகிறது.

சிக்கிமுக்கிக் கல்லில் தீப்பொறி பறக்கிறது.

கண்சிமிட்டும் நேரத்திற்குள் நீங்கள் அதைக் கடந்துவிட்டீர்கள். (அதை நழுவவிட்டு விட்டீர்கள்)

❖❖❖

22. தகர்க்கப்படும் கொடிக் கம்பம்

“வாரிசுக்கான அங்கீரமாக தங்கத்தால் நெய்யப்பட்ட அங்கியை புத்தர் உங்களுக்கு அளித்தார். வேறென்ன கொடுத்தார்?”

இப்படி மஹா கஷ்யபரிடம் ஆனந்தர் கேட்டார்.

“ஆனந்தா!”

“சொல்லுங்கள்!”

“வாசலில் இருக்கும் கொடிக்கம்பத்தை உடைத்தெறியுங்கள்”

முமோன் கருத்து :

ஒரு ‘திருப்பு முனை வார்த்தை’யை (கேட்ட கணத்திலேயே விழிப்படைய வைக்கும் வார்த்தை) சொல்ல முடிந்தால் கிருதரஹூதா மலையில் இன்னமும் பிரசங்கக் கூட்டம் நடந்து கொண்டிருப்பதைக் காண்பீர்கள்.

அப்படியில்லை என்றால் விபாசியின் யுகத்திலிருந்தே நீங்கள் எவ்வளவுதான் போராடிக் கற்றாலும் உங்களால் ஞானம் பெறமுடியாது.

கஷ்யபரின் இதயத்திலிருந்து வந்த பதிலுடன் ஒப்பிட்டால் ஆனந்தரின் கேள்வி எப்படி உள்ளது?

அதிலிருந்து தங்கள் கண்களைத் திறந்து கொண்டவர் எத்தனை பேர்...

அண்ணன் கேட்கிறார்...தம்பி பதில் தருகிறார்...

குடும்பத்திற்கே இழுக்கு

யின், யாங்... இந்த இருவருக்கும் சொந்தமல்ல இந்த வசந்தம்.

✣✣✣

23. சுயத்தை அறிந்தால் ஞானம்

டெயியுரெய் வரையிலும் தன்னை, பிக்கு எம்யோ கொஞ்சமும் சளைக்காமல் பின்தொடர்ந்து வருவதைக் கண்டார், ஆறாவது புத்தரான எனோ. தனது அங்கியையும் பிச்சைப் பாத்திரத்தையும் ஒரு பாறை மீது வைத்த அவர், எம்யோவிடம் கூறினார்.

"இந்த அங்கி நம்பிக்கையின் அடையாளம். சண்டையிட்டு பலவந்தமாக பிடுங்கிக் கொள்ளக்கூடியதா இது? இதோ இதை இப்போது நீங்கள் எடுத்துக் கொள்ளலாம்."

பாறையை நெருங்கிய எம்யோ அந்த பிச்சைப் பாத்திரைத்தையும் அங்கியையும் எடுக்கப் பார்த்தார். மலையைப் போல இருந்தது. அசைக்கக்கூட முடியவில்லை.

நடுங்கிக் கொண்டே தயங்கித் தயங்கி ஆறாவது புத்தரிடம் வேண்டினார்.

"போதனைக்காக வந்திருக்கிறேன். அங்கிக்காக அல்ல; தயவு செய்து எனக்கு ஞானம் அளியுங்கள்."

"இது நல்லது அல்ல, இது கெட்டது அல்ல என்று நீங்கள் நினைக்காவிட்டால் ஆதியானது, அசலானது (உங்களுடைய உண்மையான சுயம்) என்ன எம்யோ?"

இப்படி எனோ கேட்ட அந்தத் தருணத்திலேயே எம்யோ அபாரமாக விழிப்படைந்தார். அவருடைய உடம்பு முழுவதும் வியர்வை பெருக்கெடுத்தது; கதறி அழுதார்; தலை வணங்கிக் கேட்டார்.

"ஒரு நிமிடத்திற்கு முன்பு நீங்கள் எனக்கு அளித்த போதனைகளையும் உங்களுடைய ரகசிய வார்த்தைகளையும் தவிர முக்கியத்துவம் (ஜென்னில்) வாய்ந்த வேறு ஏதாவது (ஆழ்ந்த) இருக்கிறதா? இல்லையா..?

"நான் உங்களுக்குச் சொல்லியிருப்பது எந்த ரகசியமும் அல்ல; உங்களுடைய உண்மையான சுயத்தை உணர்ந்து கொண்டதுமே அதன் ஆழம் உங்களுக்கே உரியதாகிவிடுகிறது" என்று விளக்கினார் எனோ.

"மற்ற பிக்குகளுடன் சேர்ந்து ஒபாயுடன் இருந்தபோது எனது உண்மையான சுயம் எது என்பதை உணரவே யில்லை. தண்ணீரைச் சுவைத்துப் பார்த்து வெதுவெதுப்பையும் குளிர்ச்சியையும் பகுத்துப் பார்க்க முடிந்த ஒருவனைப் போல, என்

அறியாமை மேகங்களைக் கலையவைத்து அதை நான் உணர்ந்து கொள்ளும்படி ஆக்கிவிட்டீர்கள். இப்போதிலிருந்து நீங்கள் தான் என் குரு."

எம்யோ இப்படிச் சொன்னதும் அந்த புத்தர் கூறினார். "நம் இருவருக்குமே ஒபாய்தான் குரு. உங்களுடைய சொந்த சுயத்தைப் பாதுகாத்துக் கொள்ளுங்கள்.

முமோன் கருத்து :

ஆறாவது புத்தர் ஒரு அவசரத்தில் இருந்தார் என்று நாம் சொல்வோம். ஆனால் பேரக் குழந்தை சுலபமாகச் சாப்பிட வசதியாக, லிச்சிப் பழத்தைப் (பாலைவனத்தில் விளையும் ஒரு பழம்) பிட்டு, விதையை நீக்கி ஊட்டி விட்டு, பொத்திப் பொத்தி வளர்க்கும் பாட்டியின் பாசம் போன்றது அவரின் வெளிப்பாடு.

உங்களால் அதை விவரிக்க முடியாது. உருவகப்படுத்திக் காட்ட முடியாது.

அதை போற்றிப் புகழ்வதும் விழலுக்கிரைத்த நீர்தான். அதைப்பற்றி கவலைப்படவே வேண்டாம்.

அதுதான் உங்களுடைய உண்மையான சுயம். அதை எங்கும் மறைத்து வைக்க முடியாது.

இந்தப் பிரபஞ்சமே பூண்டோடு அழிக்கப்பட்டாலும், அழிக்க முடியாதது, அது.

❖❖❖

24. வார்த்தைகளும் மவுனமும்

"வார்த்தைகள் இல்லாமலோ அல்லது மவுனத்தைக் கைவிட்டோ எல்லாவற்றுக்கும் அப்பாற்பட்டு இந்தப் பிரபஞ்சத்துடன் எப்படி ஒருவரால் சங்கமிக்க முடியும்" என்று ஃபியுகெட்ஸுவிடம் கேட்டார் ஒரு பிக்கு.

"கொனான் பகுதியின் (தென்சீனா) மார்ச் மாதத்தை நான் அடிக்கடி நினைத்துப் பார்க்கிறேன். சுகந்தம் வீசும் நூற்றுக்கணக்கான மலர்கள் சூழ்ந்திருக்க, பறவைகள் கானம் இசைக்கின்றன" என்றார் ஃபியுகெட்ஸு.

முமோன் கருத்து :

ஃபியுகெட்ஸுவின் மனம் மின்னல் போன்று வேகமாக சாலையைப் பற்றிக் கொண்டு அதில் நடைபோட்டது. "மூதாதையர்களின்" சொற்படி அவரால்

நடக்க முடியாததுதான் வருத்தப்படவேண்டிய விஷயம். இதை யாராவது ஊடுருவிப் பார்க்கத்தான் வேண்டுமென்றால் தாராளமாக அப்படிச் செய்யலாம். வார்த்தைகள் இல்லாமல், வாக்கியம் இல்லாமல் இப்போது சொல்லுங்கள் ஜென் என்பது என்ன?

ஃபியுகெட்ஸு எந்த ஒரு அருமையான வாக்கியத்தையும் சொன்னதில்லை.

வார்த்தைகளை உச்சரிக்காமலேயே ஏற்கனவே அதை அறியவைத்துவிட்டார்.

வளவளவென்று பேசுபவராக ஃபியுகெட்ஸு மாறியிருந்தால்,

என்ன செய்வதென்று உங்களுக்குத் தெரியாது.

✣✣✣

25. கனவுப் பிரசங்கம்

கியோஜன் ஒரு கனவு கண்டார். அதில் மைத்ரேயரின் புனித பூமிக்குச் சென்ற அவர் அங்கு மூன்றாவது இருக்கையில் அமர்ந்தார்.

"இன்று மூன்றாவது இருக்கையில் அமர்ந்திருப்பவர் பிரசங்கம் நிகழ்த்துவார்" என்று அங்கிருந்த ஒரு பிக்கு சிறு சுத்தியால் தட்டி அறிவித்தார்.

ஜென் சூட்சுமங்கள் 59

கியோஜன் எழுந்தார். சிறு சுத்தியால் தட்டினார். “மஹாயான உண்மை, எப்படிப்பட்ட வார்த்தை வெளிப் பாட்டிற்கும் அப்பாற்பட்டது! கவனத்திற் கொள்ளுங்கள்.. கவனத்திற் கொள்ளுங்கள்...” என்றார்.

முமோன் கருத்து :

நீங்களே சொல்லுங்கள்... கியோஜன் போதனை செய்தாரா இல்லையா? அவர் வாயைத் திறந்தால் தோற்றுப் போய் விடுகிறார். வாயை மூடிக் கொண்டிருந்தாலும்கூட அவருக்குத் தோல்விதான். வாயைத் திறந்தாலும், திறக்காவிட்டாலும், கியோஜன் சத்தியத்திலிருந்து 108 ஆயிரம் மைல் தொலைவில் இருக்கிறார்.

பட்டப் பகலில்

பகல் வெளிச்சத்திலேயே

ஒரு கனவில், கனவைப் பேசுகிறார்.

சொந்தம் கொண்டாடப்பட்ட வார்த்தை,

சொாந்தம் கொண்டாடப்பட்ட வார்த்தையேதான்.

ஒட்டுமொத்தக் கூட்டத்தினரையும் அவர் ஏமாற்றிக் கொண்டிருக்கிறார்.

✤✤✤

26. திரை விலகியது

மதிய உணவுக்கு முந்தைய பிரசங்கத்தை நிகழ்த்துவதற் காக பிக்குகள் கூடியிருந்த கூடத்திற்கு வந்தார், செய்ர்யோவின் ஹோஜென்.

அங்கு தொங்கவிடப்பட்டிருந்த மூங்கில் திரைகளை தன் விரலால் சுட்டிக் காட்டினார். உடனேயே இரண்டு பிக்குகள் எழுந்து அவற்றை சுருட்டி வைத்தார்கள். ஹோஜென் குறிப்பிட்டார்

"ஒருவருக்கு அது வசப்பட்டது. இன்னொருவருக்கு வசப்படவில்லை."

முமோன் கருத்து :

இப்போது சொல்லுங்கள், அந்த இருவரில் யாருக்கு வசப்பட்டது? யாருக்கு வசப்படவில்லை? உங்களில் யாராவது ஒருவரால் ஊன்றிக் கவனிக்க முடிந்தால், ஹோஜெனின் தோல்வியினூடே காண்பீர்கள். இருந்தாலும் வெற்றி, தோல்வியைப் பற்றி கவலையே வேண்டாம்.

திரைகள் சுருட்டப்பட்டதும், விரிந்த வானம் பிரகாசமாகவும் தெளிவாகவும் தெரிந்தது.

பரந்த வானத்தில் இன்னமும் ஜென் புலப்படவில்லை.

வானத்திலிருந்து அனைத்தையும் தூக்கி எறிந்து விடுவது நல்லது.

ஒரு தூசு துரும்பு கூட மிச்சமில்லை என்பதை உறுதிப்படுத்திக் கொள்ளுங்கள்.

27. வார்த்தையில் பறிபோன பொக்கிஷம்

நான்ஸெனிடம் ஒரு பிக்கு கேட்டார்.

"இதுவரையில் எந்த குருவும் போதிக்காத போதனை ஏதும் இருக்கிறதா?"

"ஆமாம். இருக்கிறது"

"அது என்ன?"

பிக்குவின் கேள்விக்குத் தொடர்ந்து பதில் சொன்னார் நான்ஸென்.

"அது மனமல்ல... அது புத்தர் அல்ல... அது பொருள்களோ, விஷயங்களோ அல்ல"

முமோன் கருத்து :

ஒரு கேள்வி கேட்கப்பட்டதும் தனது பொக்கிஷம் (வார்த்தைகள்) முழுவதையும் கொடுத்துவிட்டு துரதிர்ஷ்ட சாலியாகிவிட்டார், நான்ஸென்.

மிகவும் அன்பானவரான நான்ஸென் தனது பொக்கிஷத்தைப் பறிகொடுத் துவிட்டார்.

உண்மையிலேயே வார்த்தைகளுக்கு சக்தியில்லை.

ஒரு மலைகூட நீலக் கடலாகலாம்.

உங்களால் புரிந்துகொள்ளக் கூடிய தெளிவான விளக்கத்தை நான்ஸென் அளிக்கப்போவதே இல்லை.

28. ஒளி அணைந்தது...
ஞானம் சுடர்விட்டது...

ஒரு நாள் இரவு ருயாத்தானிடம் சென்று தனக்குப் போதனை செய்யும்படி கேட்டுக் கொண்டார் தொக்யுசன். இவரின் பல கேள்விகளுக்குப் பதிலளித்த பிறகு கடைசியில், "இரவு நீண்ட நேரமாகிவிட்டது. தூங்கப்போகவில்லையா" என்று கேட்டார் ருயாத்தான்.

தலைவணங்கி, விடைபெற்ற தொக்யுசன், திரையை விலக்கி வெளியே வரப்போகும் சமயத்தில், "வெளியே ஒரே இருட்டாக இருக்கிறதே" என்றார்.

ஒரு மெழுகுவர்த்தியை ஏற்றி அவரிடம் கொடுத்தார் ருயாத்தான். தொக்யுசன் அதைக் கையில் வாங்கியதும் ஊதி அணைத்து விட்டார், ருயாத்தான். அந்தத் தருணத்திலேயே தொக்யுசனின் மனம் விழிப்படைந்தது.

"என்ன புரிந்து கொண்டிருக்கிறாய்...?" என்று கேட்டார் ருயாத்தான்.

"நீங்கள் சொல்லியிருப்பதை இப்போதிலிருந்து சந்தேகப்படமாட்டேன்" என்று பதிலளித்தார் தொக்யுசன்.

அடுத்த நாள் பிரசங்க மேடையில் பிக்குகளிடம் ஒரு விஷயத்தை அறிவித்தார் ருயாத்தான்.

"ரம்பம் போன்ற பற்களையும் ரத்தக் கிண்ணம் போன்ற வாயையும் கொண்ட ஒரு துறவி, உங்களிடையே இருக்கிறார். அவரை ஒரு தடியால் நீங்கள் உதைத்தாலும், உங்களைத் திரும்பிக்கூடப் பார்க்கமாட்டார். ஒரு நாள் அவர் சிகரத்தை எட்டி, அங்கு என் போதனைகளைப் பரப்பப் போகிறார்."

அன்றைய தினம் பிரசங்கக் கூடத்தின் முன்பு, தான் எழுதிவைத்திருந்த சூத்திர விளக்கங்களை எல்லாம் எரித்துச் சாம்பலாக்கினார், தொக்யுசன்.

"இந்த விழிப்புணர்வோடு ஒப்பிடுகையில் மிகவும் ஆழமான போதனைகள் அனைத்தும் பரந்த வெளியில் ஒரேயொரு ரோமத்திற்குச் சமம். இந்த உலகத்தின் சிக்கலான அறிவு எவ்வளவுதான் ஆழமாக இருந்தாலும் இந்த ஞானத்தோடு ஒப்பிடுகையில் அது சமுத்திரத்தின் ஒரு துளி நீருக்குச் சமம்" என்று பிரகடனம் செய்துவிட்டு அந்த மடாலயத்திலிருந்து புறப்பட்டுச் சென்றார்.

முமோன் கருத்து :

இந்தத் தடையைக் கடப்பதற்கு முன்பு மனதில் அடங்காத ஆர்வமும் நிறையக் கேட்டுத் தெரிந்து

கொள்ளவேண்டும் என்ற கவலையும் கொண்டிருந்தார், தொக்யுசன்.

'சூத்திரங்களுக்கு அப்பாற்பட்ட ஒரு விசேஷ மாற்றம்' என்ற கோட்பாட்டை தகுந்த ஆதாரங்களுடன் தோலுரித்துக் காட்டவேண்டும் என்ற நோக்கத்தோடு தென்திசையில் புறப்பட்டார்.

ரெய்ஷூவுக்கு செல்லும் சாலையில் (ருயாத்தானின் மடாலயம் அருகே) ஒரு மூதாட்டியைச் சந்தித்த அவர், தனது மனதைக் குறிப்பிட்டுச் சொல்லி, அதற்கு ஏதாவது கொடுக்கும்படி (உண்மையில் கொறிப்பதற்கு ஏதாவதும் அதே சமயத்தில் தன் மனதிற்கு நிறைவு தரக்கூடியதையும்) கேட்டுக் கொண்டார்.

அந்த மூதாட்டி தொக்யுசனிடம், "நீ சுமந்து கொண்டிருக்கும் இந்த ஏடுகள் எல்லாம் என்ன?" என்று கேட்டார்.

"வைர சூத்திரம் பற்றி குறிப்புகளாகவும் விளக்கங் களாகவும் நான் எழுதிவைத்திருக்கும் கையெழுத்துப் பிரதிகள்."

"அப்படியா..? கடந்த கால மனதைக் கட்டுப்படுத்த முடியாது. நிகழ்கால மனதைக் கட்டுப்படுத்த முடியாது... எதிர்கால மனதைக் கட்டுப்படுத்த முடியாது... என்று அந்த சூத்திரம் கூறுகிறது. நீயோ, உனக்கு புத்துணர்வு அளித்துக் கொள்வதற்காக ஏதாவது வேண்டும் என்கிறாய். அப்படியென்றால் உனது எந்த மனதிற்கு புத்துணர்வு தேவைப்படுகிறது?"

இதைக் கேட்டதும் வாயடைத்துப் போய்விட்ட தொக்யுசன், கடைசியில் ஒரு வழியாகத் தன்னைச் சமாளித்துக் கொண்டு அந்த மூதாட்டியிடம் கேட்டார்.

"உங்களுக்குத் தெரிந்து இங்கு, பக்கத்தில் யாராவது ஜென் குரு இருக்கிறார்களா?"

"சுமார் ஐந்து மைல் தொலைவில் ருயாத்தான் இருக்கிறார்" என்றாள் அந்த மூதாட்டி.

தனது பயணத்தை ஆரம்பித்தபோது இருந்த நிலைக்கு முற்றிலும் மாறாக, மிகுந்த பணிவுடன் ருயாத்தானின் மடாலயத்திற்கு வந்து சேர்ந்தார், தொக்யுசன். ருயாத்தானோ தனது கண்ணியம், கவுரவத்தை மறந்து மிகவும் அன்புடன் நடந்து கொண்டார். இது குடிகாரனைத் தெளிய வைப்பதற்காக. சேறும் சகதியுமாக இருக்கும் தண்ணீரை அவன்மேல் கொட்டுவது போல இருந்தது. என்னதான் இருந்தாலும் அது தேவையில்லாத கேலிக்கூத்து.

பெயரைக் கேட்பதைவிட முகத்தைப் பார்ப்பது சிறந்தது.

முகத்தைப் பார்ப்பதைவிட பெயரைக் கேட்பது சிறந்தது.

நாசித் துவாரங்களுக்கு எவ்வளவு வேண்டுமானாலும் நீங்கள் உதவியிருக்கலாம்...

கண்களுக்கு என்ன செய்திருக்கிறீர்கள் என்று பாருங்கள்!

❖❖❖

29. காற்று வந்ததா..?
கொடி அசைந்ததா...?

கோவில் கொடி ஒன்று காற்றில் அசைந்தது. இது பற்றி இரண்டு பிக்குகள் வாதிட்டுக் கொண்டிருந்தார்கள்.

"கொடி அசைகிறது" என்றார் ஒருவர்

"காற்றுதான் நகர்கிறது" என்றார் இன்னொருவர்.

அனல் தெறிக்க வாக்குவாதம் செய்தும், தத்தம் தரப்பில் இருவருமே விடாப்பிடியாக இருந்தார்கள். அப்போது அந்த வழியாக வந்த ஆறாவது புத்தரான எனோ சொன்னார். "காற்றும் இல்லை.. கொடியும் இல்லை... மனம்தான் அசைகிறது."

ஜென் சூட்சுமங்கள்

இரண்டு பிக்குகளும் திகைப்பில் உறைந்து போய் நின்றார்கள்.

முமோன் கருத்து :

காற்றும் நகரவில்லை. கொடியும் அசையவில்லை. மனமும் அசையவில்லை. ஆறாவது புத்தரின் கூற்றை நாம் எப்படிப் புரிந்து கொள்வது? அதன் அர்த்தத்தை நீங்கள் ஆழ்ந்து கிரகித்தால், இரும்பு வாங்குவதற்கு முனைந்த இந்த இரண்டு பிக்குகளும் தங்கத்தை எப்படிப் பெற்றார்கள் என்பதைத் தெரிந்து கொள்வீர்கள்.

இந்த இரண்டு பிக்குகள் மீதும் தாம் கொண்டிருந்த பரிவை ஆறாவது புத்தரால் அடக்கிக் கொள்ள முடியவில்லை. அதனால்தான் இந்த வெட்கக்கேடான காட்சியை நாம் பார்க்க நேர்ந்துள்ளது.

காற்று, கொடி, மனம் அசைகிறது என்பதெல்லாமே

தவறிழைத்த குற்றத்தை ஊர்ஜிதப்படுத்துகிறது.

நமது வாய் திறப்பது மட்டும்தான் நமக்குத் தெரிகிறது.

நாம் தவறாகப் பேசியது நமக்குத் தெரியவில்லை.

30. மனமா புத்தர்?!

"புத்தர் என்றால் என்ன?" என்று டெய்பய் கேட்டார்.

"மனம்தான் புத்தர்" என்று பதிலளித்தார் பாஸோ.

முமோன் கருத்து :

பாஸோ கூறியதின் அர்த்தத்தை நீங்கள் முழுமையாகப் புரிந்து கொண்டால் புத்தரின் அங்கியை நீங்கள் அணிந்து கொண்டிருக்கிறீர்கள்... புத்தரின் உணவை சாப்பிட்டுக் கொண்டிருக்கிறீர்கள்... புத்தரின் வார்த்தைகளைப் பேசிக் கொண்டிருக்கிறீர்கள்... புத்தரின் செயல்களை செய்து கொண்டிருக் கிறீர்கள்... என்று அர்த்தம். சொல்லப்போனால் நீங்களே புத்தராகி விடுகிறீர்கள். ஒரு சிலரை மட்டும், ஜென் கோட் பாடுகளைப் புரிந்து கொள்ள வைப்பதில் அவர் தவறாக வழி நடத்தவில்லை.

'புத்தர்' என்ற வார்த்தையை நாம் விளக்கிக் கூறிவிட்டால், அதற்குப் பிறகு மூன்று நாட்கள் வாயைக் கொப்பளித்துக் கொண்டே இருக்கவேண்டுமே என்பதை அவர் உணரவில்லை. டெய்பய், புரிதல் திறன்கொண்ட மனிதராக இருந்தால், காதுகளைப் பொத்திக் கொண்டு "மனம்தான் புத்தர்" என்று பாஸோ சொல்வதைக் கேட்காமல் ஓட்டம் பிடித்திருப்பார்.

நீலவானத்தின் கீழே சூரியனின் பிரகாச வெள்ளத்தில்

சுற்றிச் சுற்றித் தேடித் திரிய வேண்டியதில்லை.

புத்தர் என்றால் என்ன என்று கேட்டுக்கொண்டு

அங்குமிங்கும் அலைய வேண்டியதில்லை.

தேடி அலைவது, திருட்டுப் பொருளை பையில் வைத்துக் கொண்டிருப்பவன்,

தன்னை அப்பாவி என்று சொல்லிக் கொள்வதைப் போன்றது.

✣✣✣

31. ஒரே கேள்வி... ஒரே பதில்...

பயணம் செய்து கொண்டிருந்த ஒரு பிக்கு, தைஜென் போவதற்கு எந்த வழியில் செல்லவேண்டும் என்று ஒரு மூதாட்டியிடம் கேட்டார்.

"அப்படியே நேராகப் போங்கள்" என்று அவள் பதிலளித்தாள். பிக்கு, ஒரு சில அடிகள்தான் எடுத்து வைத்திருப்பார்.

"இப்படிப்பட்ட துடிதுடிப்பான பிக்குகூட இப்படித்தானே போகிறார்" என்று மூதாட்டி தனக்குத்தானே சொல்லிக் கொண்டாள். பிறகு ஒரு சந்தர்ப்பத்தில் இதுபற்றி வேறொரு பிக்கு ஜோஷுவிடம் சொன்னார்.

“பொறுத்திருங்கள் நான் போய் அந்த மூதாட்டியிடம் விசாரித்துவிட்டு வருகிறேன்” என்று கூறிய ஜோஷு, அடுத்த நாள் அந்த மூதாட்டியைச் சந்தித்து அதே கேள்வியைக் கேட்டார். அவளோ அதே பதிலைச் சொன்னாள்.

திரும்பி வந்ததும் பிக்குகள் கூட்டத்தில் பேசும் போது, “தைஜெனைச் சேர்ந்த அந்த மூதாட்டியிடம் விசாரித்துவிட்டேன்” என்று விளக்கமளித்தார் ஜோஷு.

முமோன் கருத்து :

அந்த மூதாட்டி தனது கூடாரத்தில் உட்கார்ந்து கொண்டு, போர் வியூகங்களைத் திட்டமிட்டுக் கொண்டிருந்தாள். ஆனால், எதிரிப் படைத் தளபதியை எப்படி சிறைபிடித்துச் செல்வது என்பதைத் தெரிந்து வைத்துள்ள ஒரு பிரபல கொள்ளைக்காரன் அங்கிருப்பது அவளுக்குத் தெரியாது.

கிழட்டு ஜோஷு, அவள் கூடாரத்திற்குள் திருட்டுத் தனமாக நுழைந்து அவள் கோட்டையை ஆட்டம் காண வைத்துவிட்டார். ஆனால், ஜோஷு உண்மையான தளபதி இல்லை. சொல்லப்போனால் இருவர் பக்கமும் தவறு இருக்கிறது.

நான் இப்போது உங்களிடம் கேட்கிறேன். “அந்த மூதாட்டியை ஜோஷு விசாரித்ததில் என்ன அர்த்தம் இருக்கிறது”?

ஒரே மாதிரியான கேள்வி
ஒரே மாதிரியான பதில்
சோற்றில் கல்
சேற்றில் முள்

✣✣✣

32. சாட்டையின் நிழல்

மதநம்பிக்கையற்ற ஒருவர் புத்தரிடம் கேட்டார்.

"வார்த்தைகளாலும் மவுனத்தாலும் எனக்குச் சொல்கிறீர்களா (மார்க்கத்தை)?" புத்தர் மவுனமாக தியானத்தில் ஆழ்ந்தார்.

"இவ்வளவு பரிவுகாட்டி, என் மனதைக் கவ்வியிருந்த மேகங்களை விலகி ஓடச்செய்து விழிப்படைய வைத்து விட்டீர்கள்" என்று தலைவணங்கி புத்தருக்கு நன்றி கூறினார் அந்த மனிதர்.

ஜென் சூட்சுமங்கள்

அந்த மனிதர் புறப்பட்டுப் போனதும் "அவர் அடைந்தது என்ன" என்று ஆனந்தர் புத்தரிடம் கேட்டார்.

"ஒரு நல்ல குதிரை, சாட்டையின் நிழலைக் கண்டாலும் கூட ஓடுகிறது" என்றார் புத்தர்.

முமோன் கருத்து :

ஆனந்தர், புத்தரின் சீடராக இருந்தும்கூட அவருடைய புரிதல் அந்த மதநம்பிக்கையற்ற மனிதரின் புரிதலைப் போன்றது அல்ல. இப்போது நீங்களே சொல்லுங்கள். சீடரும் சீடர் அல்லாதவரும் எவ்வளவு தொலைவில் இருக்கிறார்கள்!

கூரான பனிக்கட்டிகள் மீது ஓடுவது

கூரான வாள்முனையில் நடப்பது போன்றதே

ஏணியில் ஏறாதே

பிடியை விட்டுவிட்டு

33. மனமும் அல்ல புத்தரும் அல்ல

பிக்கு ஒருவர் பாஸோவிடம் கேட்டார்.

"புத்தர் என்றால் என்ன?"

"மனமும் அல்ல... புத்தரும் அல்ல" என்று பதில் சொன்னார் பாஸோ.

முமோன் கருத்து :

யாராவது பாஸோவின் பதிலைப் புரிந்துகொண்டு விட்டால் அவர் ஜென்னில் கரைகண்டவராகிறார்.

வாள் வித்தையின் குருவை நீங்கள் சாலையில் சந்தித்தால் வாளை அவரிடம் கொடுத்துவிடுங்கள். சாலையில் ஒரு கவிஞரைக் கண்டாலொழிய கவிதையை வழங்காதீர்கள்.

நீங்கள் ஒரு மனிதரைச் சந்தித்தால் மார்க்கத்தின் முக்கால் பகுதியை மட்டும் அவரிடம் சொல்லுங்கள். மிச்சத்தை சொல்லவே சொல்லாதீர்கள்.

❖❖❖

34. நான்ஸெனின் மார்க்கம் இல்லாத மார்க்கம்

நான்ஸென் கூறினார் :

"மனம், புத்தரல்ல; அறிவு, மார்க்கமல்ல."

முமோன் கருத்து :

வயதாகிக்கொண்டு வருவதால் வெட்கப்படுவதற்கு நான்ஸென் மறந்து போய்விட்டார். நாற்றமடிக்கும் தன் வாயைத் திறந்து தனது சொந்த வீட்டின் அவதூறுப் பழியை (அறிவு, மார்க்கம் அல்ல என்பது போன்ற) மற்றவர்களிடம் பரப்புகிறார். ஆனாலும், தாங்கள் அவருக்குக் கடன் பட்டிருப்பதை யாருமே உணரவில்லை.

வானம் தெளிவாக இருக்கும்போது சூரியன் தெரிகிறது.

மழை பெய்யும்போது பூமி ஈரமாகிறது.

எவ்வளவு முழுமனதோடு அவர் விளக்கினாலும்

யாருக்குமே அவர்மீதும் அவரது வார்த்தைகள் மீதும் நம்பிக்கையில்லை.

❖❖❖

35. ஆன்மாக்கள் இரண்டு

"ஸீய் என்ற சீனத்துப் பெண் அவளுடைய ஆன்மாவிலிருந்து பிரிக்கப்பட்டுவிட்டாள். இப்போது நிஜமான ஸீய் எது?"

ஒரு பிக்குவிடம் கோஸோ இப்படிக் கேட்டார்.

முமோன் கருத்து :

நிஜத் தன்மையின் அசலான விழிப்புணர்வை நீங்கள் எட்டிவிட்டால், சுற்றலாப் பயணிகள் ஒவ்வொரு சத்திரமாகத் தங்குவதுபோல ஆன்மா ஒரு கூட்டைவிட்டு இன்னொரு கூட்டிற்குச் செல்கிறது என்பதை நீங்கள் தெரிந்து கொள்வீர்கள். ஆனால், நீங்கள் அந்த விழிப்புணர்வை எட்டாவிட்டால், நான்கு கூறுகளும் திடீரென்று பிரிந்துபோகத் தயாராக இருக்கும்போது (மரணமடைவதற்கு), கொதிக்கும் தண்ணீரில் விசியெறியப்பட்ட, ஏழு கைகளையும் எட்டுக் கால்களையும் கொண்ட நண்டைப்போல குழப்பத்தில் சிக்கித் தவித்து அங்குமிங்கும் நீங்கள் ஓடக்கூடாது. நான் உங்களை எச்சரிக்கவில்லை என்று சொல்லவே சொல்லாதீர்கள்.

வானத்தில் இருக்கும் சந்திரன் ஒன்றேதான்

பள்ளத்தாக்குகளும் மலைகளும் வெவ்வேறு

அதிர்ஷ்டத்தின் மேல் அதிர்ஷ்டம்

இது ஒன்றா அல்லது இரண்டா?

36. வார்த்தைகளும் வேண்டாம்... மவுனமும் வேண்டாம்...

கோஸோ சொன்னார்,

"மார்க்க மனிதரை சந்திக்கும்போது அவரை வார்த்தைகளாலோ அல்லது மவுனத்தாலோ வாழ்த்தா தீர்கள்...அது சரி... அவரை எப்படி வாழ்த்துவீர்கள்? சொல்லுங்கள் பார்க்கலாம்".

முமோன் கருத்து :

கோஸோ கேட்டதற்கு உங்களால் மிகச் சரியாகப் பதில் சொல்ல முடிந்தால், மிகவும் நல்லது. இன்னும் சரியான பதிலைச் சொல்ல முடியாவிட்டால் உங்களால் முடிந்தவரையிலும் எல்லாவற்றையும் கவனமாகப் பார்த்துக் கொண்டு இருந்தாக வேண்டும்.

மார்க்க மனிதரை சாலையில் சந்தித்தால்

வார்த்தைகளாலோ மவுனத்தாலோ வாழ்த்தாதீர்கள்.

ஒரு குத்து விடுங்கள்.

அப்போதே அவர் உங்களைப் புரிந்து கொள்வார்.

37. தோட்டத்தில் ஓக் மரம்

பிக்கு ஒருவர் ஜோஷூவிடம் கேட்டார்,

“என்ன நோக்கத்துடன் போதிதர்மர் சீனா வந்தார்?”

“முகப்புத் தோட்டத்தில் ஓக் மரம்..” என்று பதில் சொன்னார்,
ஜோஷூ

முமோன் கருத்து :

ஜோஷூ சொன்ன பதிலை நீங்கள் துல்லியமாகக் கிரகித்துக் கொண்டுவிட்டால், உங்களுக்கு முன்னால் எந்த சாக்கியமுனி புத்தரும் இல்லை. உங்களுக்குப் பின்னால் எந்த மைத்ரேய புத்தரும் இல்லை.

வார்த்தைகள் உண்மையை வெளிப்படுத்துவதில்லை.

வாக்கியங்கள், மனதின் நுணுக்கமான இயக்கத்தை வெளிப்படுத்துவதில்லை.

வார்த்தைகளை ஒப்புக்கொள்பவர் தோற்றுப்போகிறார்.

வாக்கியங்களைப் பிடித்துக்கொள்பவர் ஏமாந்து போகிறார்.

38. வெளியே வராத வால்

கோஸோ கேட்டார்,

"கொட்டடியிலிருந்து எருமை வெளியேறும்போது தலை, கொம்புகள் மற்றும் நான்கு கால்களும் வெளியே வந்துவிட்டன. வால் மட்டும் ஏன் வெளியே வரவில்லை."

முமோன கருத்து :

உங்களால் கூர்மையாகக் கவனித்து (இந்தக் கேள்வியை) விழிப்படைய வைக்கும் ஒரு வார்த்தையைச் சொல்ல முடிந்தால், *'நான்கு கடமைகளையும்'* நிறைவேற்றி நீங்கள் கடன் பட்டிருந்ததைத்

தீர்க்க முடியும்; *மூன்று பாவங்கள்* (Three Bhava) காப்பாற்றப்படுவதற்கு உதவ முடியும். ஒரு வேளை இன்னமும் இது உங்களுக்குப் புரியாவிட்டால், அந்த வாலை உன்னிப்பாகக் கவனித்துப் பார்த்து நீங்களாகவே விழிப்படையுங்கள்.

எருமை, வெளியே வந்துவிட்டால் அதல பாதாளத்தில் விழுந்துவிடும்.

கொட்டடிக்குத் திரும்பிவிட்டால் வெட்டப்பட்டு விடும்.

இந்த மிகச்சிறிய வால்,

உண்மையிலேயே விசித்திரமானதுதான்.

39. வார்த்தைப் பொறி

"புத்தரின் பிரகாசம் இந்தப் பிரபஞ்சம் முழுவதையும் ஓயாமல் ஜொலிக்க வைக்கிறது" என்று தன்னிடம் ஒரு பிக்கு கூறியதுமே அவரிடம் அன்-மோன் கேட்டார்:

"சொஸெட்ஜு ஷுசாய் சொன்ன அதே வார்த்தைகளைத் தானே சொல்கிறீர்கள்.. இல்லையா...?

"ஆமாம்...அவரின் வார்த்தைகள் தான்"

"நீங்கள் வார்த்தைகளுக்குள் மாட்டிக் கொண்டு விட்டீர்கள்" என்றார் அன்-மோன்.

பிறகு ஒரு சமயம் இதே விஷயத்தை மறுபடியும் கிளறிய ஷிஷின் கேட்டார்:

"அந்த பிக்கு, வார்த்தைகளுக்குள் எப்படி மாட்டிக் கொண்டார் என்பதை எனக்குச் சொல்லுங்கள்."

முமோன் கருத்து :

யாருக்கும் எட்டாத அன்-மோனின் உணர்தலை உங்களால் கிரகிக்க முடிந்தால், அந்தப் பிக்குவின் களங்கத்தை (வார்த்தைகளில் மாட்டிக் கொள்வது) கடந்து

செல்ல முடிந்தால், மனிதர்களுக்கும் தேவர்களுக்கும் நீங்கள் தலைவராகி விடுவீர்கள். அப்படி உங்களால் முடியவில்லை என்றால் உங்களாலேகூட உங்களைக் காப்பாற்றிக் கொள்ள முடியாது.

வேகமான நீரோடையில் தூண்டில்

ஆகாரப் பேராசையில் மீன்

அகலமாகத் திறக்கிறது வாய்

ஏற்கனவே பறிபோனது உயிர்.

40. உதை தந்த பதவி

குரு ஹையாகுஜோவின் மடாலயத்தில், சமையற்கார பிக்குவாக இஸான் இருந்துவந்தார். தான் புதிதாக நிறுவயிருந்த ‘கிரேட் மவுண்ட் I’ என்ற மடாலயத்திற்கு ஒரு பிக்குவை அனுப்ப விரும்பினார், ஹையாகுஜோ.

இங்குள்ளவர்களில் மிகச் சிறந்தவராக தம்மை வெளிப்படுத்திக் காட்டும் ஒருவரை புதிய மடாலயத்திற்காக தெரிவு செய்யப்போவதாக, தலைமைப் பிக்குவிடமும் மற்ற பிக்குகளிடமும் அறிவித்தார். இதன் பிறகு குடிதண்ணீர் கூஜா ஒன்றைக் கொண்டு வந்து வைத்து, ஒரு கேள்வியை எழுப்பினார், ஹையாகுஜோ.

“இதைத் தண்ணீர் கூஜா என்று உங்களால் குறிப்பிடமுடியாவிட்டால், இதை என்னவென்று சொல்வீர்கள்?”

தலைமைப் பிக்கு பதிலளித்தார்:

“இதை ஒரு மரச்குச்சி என்று சொல்லமுடியாது.”

அடுத்து இஸானைப் பார்த்தார், குரு ஹையாகுஜோ. இஸான், அந்த கூஜாவை எட்டி உதைத்துவிட்டு அங்கிருந்து நடையைக் கட்டினார்.

சிரித்துக் கொண்டே குரு சொன்னார், "தலைமைப் பிக்கு இஸானிடம் தோற்றுவிட்டார்." 'கிரேட் மவுண்ட் I' மடாலயத்திற்கு இஸானை நிறுவனராக்கினார், குரு ஹையாகுஜோ.

முமோன் கருத்து :

உண்மையிலேயே குரு இஸான், அரிதான துணிவு கொண்டிருந்தார். ஆனாலும்கூட குரு ஹையாகுஜோவின் பொறியிலிருந்து அவரால் தப்ப முடியாமல் போய்விட்டது. அதன் விளைவை ஆராய்ந்த பிறகு, இலகுவான வேலைக்குப் பதிலாக, பெரிய பளுவைச் சுமந்து கொண்டுவிட்டார், இஸான். எதற்காக?

சமையற்காரர் குல்லாவை அகற்றிவிட்டு தனக்குத் தானே விலங்கு (புதிய மடாலயத்தின் நிறுவனராக) மாட்டிக் கொண்டார், இவர்.

சமையற் கரண்டியையும், பண்ட பாத்திரங்களையும் தூக்கி எறிகிறார்.

அந்த கூஜாவை எட்டி உதைத்து பிரச்சினையைத் தீர்த்துவிடுகிறார், இஸான்.

அடுக்கடுக்கான தடைகளின் குறுக்கீடு இல்லாமல்

காலால் அவர் எட்டி உதைத்த உதையில்

புத்தர்கூட துண்டு துண்டாகச் சிதறிப்போகிறார்.

41. மன அமைதிக்கு கை காணிக்கை

எதிரில் இருந்த கற்சுவரைப் பார்த்தவாறு போதிதர்மர் உட்கார்ந்திருந்தார். இரண்டாவது புத்தரான சுயிகா, கொட்டும் பனியில் நீண்டநேரமாக நின்று கொண்டிருந்தார். கடைசியில் அவர் தனது கையை, தானே வெட்டி அதை போதிதர்மரிடம் காணிக்கையாக அளித்தார். இப்படிக் காணிக்கை செலுத்திய சுயிகா சொன்னார் :

"உங்கள் மாணவனால் தனது மனதை அமைதியடையச் செய்யமுடியவில்லை. முதலாவது புத்தரே...! நீங்கள்தான் தயவு செய்து எனக்கு மன அமைதியைத் தரவேண்டும்"

இதைக் கேட்டதும் முதலாவது புத்தர் பதிலளித்தார்:

"அந்த மனதைக் கொண்டு வா.. நான் அதை அமைதியடைய வைக்கிறேன்."

"எல்லா இடங்களிலும் தேடிப் பார்த்தும் அதை என்னால் கண்டுபிடிக்க முடியவில்லை"

"நான் உனக்காக ஏற்கனவே அதை அமைதியடைய வைத்துவிட்டேன்" என்று சுயிகாவை சமாதானப் படுத்தினார், போதிதர்மர்.

முமோன் கருத்து :

பல்லில்லாத அந்தக் கிழ மனிதர் பெருமிதத்துடன் இந்தியாவிலிருந்து பத்தாயிரம் மைல் தூரம் கடல் கடந்து (சீனாவுக்கு) வந்தார். அலை இல்லாத கடலில் வேண்டு மென்றே அவர் அலையை எழுப்பியது போல அமைந்தது இந்தப் பயணம். கடைசியில் அவருக்கு ஒரேயொரு சீடர் கிடைத்தார். அவரோ தன் கையை தானே வெட்டிக் கொண்டு முடமாகிவிட்டார். அந்தோ பரிதாபம்! உண்மையிலேயே அவர் ஒரு முட்டாள்தான்.

இந்தியாவிலிருந்து வந்த முதலாவது புத்தர் நேரடியாகப் போதித்தார்.

அடுக்கடுக்கான தொல்லைகளை ஆரம்பித்து வைத்தவர், அவரே.

அமைதியான உலகத்தின் அமைதியைக் குலைத்தது நீங்களேதான் போதிதர்மரே...!

✣✣✣

42. ஒரு கூத்து நடக்கிறது!

தலைசிறந்த விவேகியான போதிசத்துவ மஞ்ஜுசூரி, சாக்கியமுனி புத்தருக்கு அடுத்த நிலையில் இருப்பவராகக் கருதப்படுவர். நடைபெறவிருந்த புத்த கூட்டம் ஒன்று ஒத்திவைக்கப்பட்டதால் எல்லோரும் தத்தம் ஊருக்குத் திரும்பிக் கொண்டிருந்தார்கள்.

சாக்கியமுனி புத்தருக்குப் பக்கத்தில், ஒரு பெண்மணி இன்னமும் ஆழ்ந்த தியானத்தில் மூழ்கியிருந்தார். சாக்கியமுனி புத்தரை முறையாக வணங்கிய மஞ்ஜுசூரி அவரிடம் கேட்டார்.

"இந்தப் பெண்மணியால் ஞான நிலையை எட்ட முடிந்திருக்கிறதே...! ஏன் என்னால் எட்ட முடியவில்லை?"

"சமாதி நிலையிலிருந்து இந்தப் பெண்ணை மீட்டு நீங்களே கேட்டுத் தெரிந்து கொள்ளுங்கள்" என்றார் சாக்கியமுனி.

மூன்று தடவை அந்தப் பெண்ணை வலம் வந்த மஞ்ஜுசூரி தன் விரல்களால் சொடுக்குப்போட்டு தியானத்தைக் கலைக்கப் பார்த்தார். அந்தப் பெண்ணிடம் எந்தச் சலனமும் இல்லை. அவள் தலையைத் தூக்கிப்பிடித்து, மூன்று தியான சொர்க்கங்களின் முதலாவது நிலைக்குக் (எந்தவிதமான மோகத்தில் இருந்தும்

முற்றிலும் விடுபட்ட நிலை) கொண்டுவந்தார் மஞ்ஜுசூரி. தனது மாய சக்தி அனைத்தும் (அவளை விழிக்க வைப்பதற்கு) பலன் தராமல் வீணாகிப் போனதைக் கண்டார். நடந்ததைக் கவனித்த சாக்கியமுனி புத்தர் சொன்னார்.

“நூறாயிரம் மஞ்ஜுசூரிகள் வந்தாலும்கூட இவளை விழிக்கவைக்க முடியாது. 120 கோடி உலகங்களுக்குக் கீழே

பாதாளத்தில் எல்லாவற்றையும்விட தாழ்ந்த நிலையில் மோ–மியோ (அவித்யா) போதிசத்துவர் இருக்கிறார். அவரால் மட்டுமே இவளை ஆழ்ந்த நிலையிலிருந்து விழிக்கவைக்க முடியும்.”

இதை சாக்கியமுனி சொல்லி முடிப்பதற்குள் அந்தப் போதிசத்துவர் பூமியைப் பிளந்துகொண்டு வெளியே வந்தார்.

தலைவணங்கி சாக்கியமுனிக்கு மரியாதை செலுத்தினார். அவரின் கட்டளைப்படி, தன் விரலால் சொடுக்குப்போட்டார் மோ–மியோ போதி சத்துவர். உடனே அந்தப் பெண்மணி தியானத்திலிருந்து விடுபட்டு எழுந்து நின்றார்.

முமோன் கருத்து :

இப்படிப்பட்ட ஒரு தெருக்கூத்தை நடத்த முடிந்த அளவுக்கு அந்தக் கிழட்டு மனிதர் சாக்கியமுனி, அசாதாரணமான ஒருவர்தான் என்பதில் சந்தேகமில்லை.

இப்போது நீங்களே சொல்லுங்கள் பார்க்கலாம்.

"ஏழு போதிசத்துவர்களில் எல்லோரையும்விட மிகமிக உயர்ந்த நிலையில் இருப்பவரும் தலைசிறந்த விவேகியுமான மஞ்ஜுஸ்ரீயால் ஏன் அந்தப் பெண்ணை தியானத்திலிருந்து விடுபடவைக்க முடியவில்லை. மிக மிகத் தாழ்ந்த நிலையில் இருந்த மோ-மியோ போதிசத்துவரால் எப்படி அதைச் சாதிக்க முடிந்தது?

இதைப் பற்றிய முழுமையான புரிதல் உங்களுக்கு வசப்பட்டு, அதன்படி உங்களால் நடந்துகொள்ள முடிந்தால், பொய் புரட்டுகளும் பற்றும் சூழ்ந்துள்ள இந்த உலகியல் வாழ்க்கையில் இருந்துகொண்டே நீங்கள் பெரும் சமாதிநிலையை அடைவீர்கள்."

அந்தப் பெண்ணை தியானத்திலிருந்து ஒருவரால் விடுபடவைக்க முடிந்தாலும் அல்லது இன்னொருவரால் விடுபடவைக்க முடியாவிட்டாலும் இருவருமே விடுதலையடைந்தார்கள்.

அந்த நாடகத்தில் ஒருவருக்கு தெய்வத்தின் முகமூடி,

இன்னொருவருக்கு சாத்தானின் முகமூடி...!

தோல்விகூட, சந்தேகமேயில்லாமல் நடிப்புதான்.

43. அதுவும் இல்லை...
இதுவும் இல்லை...

குரு ஷூஜன், தனது மூங்கில் அகப்பையைக் கையில் வைத்துக் கொண்டு ஒரு கேள்வி கேட்டார்.

"இதை ஒரு மூங்கில் அகப்பை என்று நீங்கள் சொன்னால், அவமரியாதை செய்கிறீர்கள். (ஜென் கோட்பாட்டிற்கு) இது மூங்கில் அகப்பை இல்லை என்று சொன்னால் நீங்கள் சட்டத்தை (நடைமுறை அறிவின்) மீறுகிறீர்கள். நீங்களெல்லாம் இதை என்னவென்று சொல்வீர்கள்?"

முமோன் கருத்து :

இதை ஒரு மூங்கில் அகப்பை என்று நீங்கள் சொல்லத்தான் போகிறீர்கள் என்றால்,

அவமதிப்பை உண்டாக்குவீர்கள். இது மூங்கில் அகப்பை இல்லை என்று சொல்லத்தான் போகிறீர்கள் என்றால் நீங்கள் சட்டத்திற்கு துரோகம் இழைப்பீர்கள். இரண்டு பதில்களுமே சரியாக இருக்காது. எந்த வார்த்தையாக இருந்தாலும் எந்த விதத்திலும் பயன்படாது. உடனே சொல்லுங்கள்... உடனே சொல்லுங்கள்!

மூங்கில் அகப்பையைக் கொண்டுவந்து

வைத்துக்கொண்டு

வாழ்வா... சாவா என்று ஷுஜன் நெருக்குகிறார்.

அவமானம் அல்லது துரோகம் என்ற பொறிக்குள்

சிக்க வைத்தால்,

புத்தரும் அவரது வழித்தோன்றல்களும்கூட

தங்கள் உயிருக்காக மன்றாடுவார்கள்.

✣✣✣

44. ஊன்றுகோல் யாருக்கு?

தமது சீடர்களிடம் குரு பாஷோ கூறினார் :

"நீங்கள் ஊன்றுகோல் வைத்திருந்தால், அதை உங்களுக்கு நான் தருவேன். உங்களிடம் ஊன்றுகோல் இல்லாவிட்டால், அதை உங்களிடமிருந்து பிடுங்கிவிடுவேன்."

முமோன் கருத்து :

தகர்த்தெறியப்பட்ட பாலத்தின் வழியே நதியைக் கடப்பதற்கு இந்த ஊன்றுகோல் உங்களுக்கு உதவுகிறது. அமாவாசை இருட்டில் உங்கள் கிராமத்திற்கு உங்களை திரும்பக் கொண்டுவந்து சேர்க்கிறது, இதே ஊன்றுகோல்.

இதை நீங்கள் ஊன்றுகோல் என்று சொன்னால், ஓர் அம்புபோல நேரே நரகத்திற்குள் போய்விடுகிறீர்கள்.

ஊன்றுகோல் வலுவானதா அல்லது சோடையானதா..

அதைப் பிடித்திருக்கும் கையைப் பொறுத்தது, அது.

இந்த ஊன்றுகோல் சொர்க்கத்தைத் தாங்குகிறது.

பூமியைக் காக்கிறது.

தங்குதடையில்லாமல் போகும் இடமெங்கும் அது உண்மையான போதனையைப் பரப்பும்.

45. யார் 'அவன்' ?

ஐந்தாவது புத்தரான குரு ஹோயென், தோஜானிடம் கேட்டார்:

"சாக்கியமுனி, மைத்ரேய போதிசத்துவர்... இவர்கள் இருவருமே *அவனுடைய* அடிமைகள். அவன் யார் என்று எனக்குச் சொல்!"

முமோன் கருத்து :

அவன் யார் என்பதை உங்களால் தெளிவாக உணர்ந்து கொள்ள முடிந்தால், உங்களைப் பெற்ற அப்பாவை முட்டுச் சந்தில் சந்தித்தது போல இருக்கும். உங்கள் சொந்த அப்பாவிடம் அவர் யார் என்று நீங்கள் எப்படிக் கேட்க வேண்டியதில்லையோ அதைப்போல இருக்கும்.

இன்னொருவரின் வில்லையும் அம்பையும் பயன்படுத்தாதீர்கள்.

யாரோ ஒருவரின் குதிரையில் சவாரி செய்யாதீர்கள்.

வேறொருவரின் குற்றம் குறைகளை அலசாதீர்கள்.

மற்றவர் விவகாரத்தில் மூக்கை நுழைக்க முயற்சி செய்யாதீர்கள்.

❖❖❖

46. கரணம் தப்பினால்...

குரு ஸெக்கிஸோ கேட்டார் :

"நூறடி உயரக் கம்பத்தின் உச்சியில் நீங்கள் இருக்கிறீர்கள். அடுத்த அடியை எப்படி எடுத்து வைப்பீர்கள்?"

பண்டைய காலத்தின் இன்னொரு ஜென் குரு சொன்னார் :

"நூறடி உயரக் கம்பத்தின் உச்சியில் அமர்ந்திருப்பவர், உண்மையான ஞானத்தைப் பெறாமல் இருக்கிறார். கம்பத்தின் உச்சியிலிருந்து இன்னொரு அடியை முன்னோக்கி எடுத்து வைப்பவர், ஒரு லட்சம் பிரபஞ்சங்களுக்குள்ளும் தனது சொந்த உடலை வீசியெறிகிறார்.

முமோன் கருத்து :

நூறடி உயரக் கம்பத்திலிருந்து மேலும் ஓரடி எடுத்துவைத்து, இந்த ஒட்டு மொத்த பிரபஞ்சத்திற்குள்ளும் தன் உடல் முழுவதையும் உருட்டிக் செல்லக்கூடிய யாராவது இருப்பார்களா? இந்த நபர் தன்னை ஒரு புத்தர் என்று சொல்லிக்கொள்ளலாம். இருந்தாலும், நூறடி உயரக் கம்பத்திலிருந்து ஒருவரால் எப்படி இன்னொரு அடி எடுத்து வைக்கமுடியும்? கடவுளுக்குத்தான் வெளிச்சம்.

ஒரு லட்சம் அடி உயரக் கம்பத்தின் உச்சியில் தங்கியிருந்து ஒருவர் நிறைவடையத்தான் வேண்டுமா?

அவர், மூன்றாவது கண்ணுக்குக் கேடு விளைவிப்பார்.

அளவுகோலின் குறியீடுகளைக்கூட அவர் தவறாகப் படிப்பார்.

தன்னைத்தானே வீசியெறிந்துதான் தனது வாழ்வை ஒருவரால் துறக்கமுடியுமா?

பார்வை இழந்த ஒருவர் பார்வை இழந்த மற்றவர்களுக்கு வழிகாட்டுவது போல

இவர் முற்றிலுமாக விடுதலையடைந்து (கண்களோடு முற்றிலுமாகத் தொடர்பற்று) விடுவார்.

47. மூன்று தடைகள்

மார்க்கத்தைப் பின்பற்றி முன்னேற முனைவோரை, குரு தோஸோத்ஸு மூன்று தடைகளை உண்டாக்கி, பரிசோதித்துப் பார்ப்பது வழக்கம்.

"மார்க்கத்திற்கான தேடலில் முனைந்துள்ள ஜென் மாணவர் தனது சுய இயல்பை கிரகித்துக்கொண்டு ஞானமடைய முயற்சி செய்கிறார்."

"இப்போது உங்களுடைய உண்மையான இயல்பு எங்கே இருக்கிறது?"

இரண்டாவது,

"தனது சுய இயல்பை ஒருவர் கிரகித்துக் கொண்டவுடனேயே அவர் பிறப்பிலிருந்தும் இறப்பிலிருந்தும் விடுபட்டு விடுகிறார். அப்படியானால், ஒருவரின் கண்மணிகள் அசைவற்றுப் போனால், வாழ்க்கையிலிருந்து அவரால் எப்படி விடுபடமுடியும்?"

மூன்றாவது,

"பிறப்பிலிருந்தும் இறப்பிலிருந்தும் ஒருவர் விடுபட்ட நிலையில் மரணத்திற்குப் பிறகு எங்கே போகிறோம் என்பது அவருக்கு உடனடியாகத் தெரிந்துவிடுகிறது."

"மரணமடைந்ததும் உடல் நான்கு கூறுகளாப் பிரிந்த நிலையில் ஒருவர் எங்கே போகிறார்?"

முமோன் கருத்து :

இந்தத் தடைகளைக் கடக்க முடிந்த யாரும் எங்கு வேண்டுமானாலும் ஒரு குருவாகிவிடுகிறார். என்ன நடந்தாலும் இவரால் ஜென் நிறுவனராகி விட முடியும். இந்த மூன்று கேள்விகளுக்கும் ஒருவரால் பதில் சொல்ல முடியவே முடியாவிட்டாலும்கூட இவர் சளைக்காமல் அசைபோட்டு கடைசியில் அவற்றைப் புரிந்து கொண்டு விடுகிறார்: எளிய உணவு வயிற்றை நிரப்பிவிடுகிறது. அதை நன்றாக அசைபோடுவர் பசியால் வாடவே மாட்டார்.

உடனடியாக உணர்வது என்பது அந்தமற்ற காலத்தைக் காண்பது.

அந்தமற்ற காலம் என்பது இதோ இந்த கணம்

இந்த கணத்தின் சிந்தனை மூலம் ஒருவர் பார்க்கிறார் என்றால்,

இதே கணத்திலேயே இப்படிப் பார்க்கும் இவர் மூலம் இன்னொருவராலும் பார்க்க முடியும்.

48. அந்த ஒரு பாதை...?

குரு கெம்போவின் சீடரான ஒரு பிக்கு அவரிடம் கேட்டார் :

"இந்தப் பிரபஞ்சம் முழுவதிலும் உள்ள புத்தர்கள் அனைவரும் ஒரு பாதை வழியாகத்தான் நிர்வாண நிலையை எட்டியுள்ளார்கள் என்பதை நான் புரிந்து கொண்டிருக்கிறேன். அந்த ஒரு பாதை எங்குள்ளது?"

தமது ஊன்றுகோலை உயர்த்தி 'ஒன்று' என்ற இலக்கத்தை வரைந்து காட்டிய கெம்போ, "இதோ... இங்கே இருக்கிறது" என்றார்.

பிறகு இதே பிக்கு உம்மானிடம் சென்று இதே கேள்வியைக் கேட்டார்.

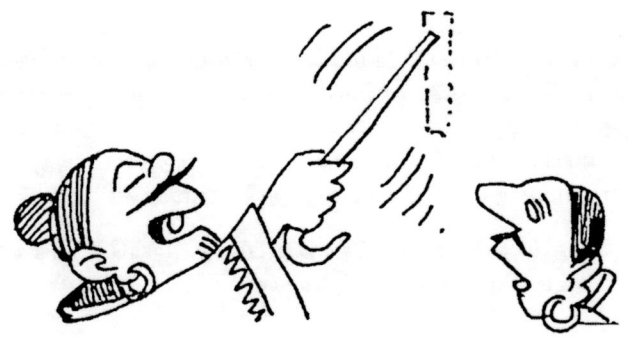

தனது விசிறியைச் சுழற்றியவாறு உம்மான் கூறினார்: “இந்த விசிறி முப்பத்து மூன்றாவது சொர்க்கத்தை எட்டி, இத்தனை சொர்க்கங்களின் மிக உயர்ந்த கடவுளான சக்ரா தேவேந்திரனின் மூக்கைப் பதம் பார்க்கும். கிழக்குக் கடலின் ராட்சத மீன், தனது வாலால் மழை மேகத்தை இலேசாகத் தட்டி மழையைப் பொழியவைப்பது போன்றது இது.”

முமோன் கருத்து :

ஆழமான சமுத்திரத்தில் நடந்து புழுதி கிளப்புகிறார், ஒரு குரு.

இன்னொருவர், நெடிதுயர்ந்த மலையின் உச்சி முனையில் நின்று கொண்டு வெண்ணிற அலைகளால் சொர்க்கத்தை மூழ்கடிக்கிறார். ஒருவர் விஷயத்தைப் பிடித்துக் கொண்டிருக்கிறார். இன்னொருவரோ அனைத்திற்கும் விடுதலை அளிக்கிறார். பூரணமான போதனைக்கு இருவரும் சேர்ந்தே ஒரு கையால் ஆதரவு கொடுக்கிறார்கள்.

சம பலம் கொண்ட ஒட்டகங்கள் முட்டி மோதிக் கொள்வது போல கெம்போ, உம்மான் என்ற இந்த இருவருமே ஆபத்தானவர்கள். இவர்களுக்கு இணையாக இந்த உலகத்தில் யாருமே இல்லை. உண்மையில் பார்க்கபோனால், கெம்போவும், உம்மானும்கூட அந்த ஒரு பாதை எங்கிருக்கிறது என்பதை அறியாதவர்கள்.

முதல் அடியை எடுத்துவைப்பதற்கு முன்பே இலக்கை எட்டிவிடுகிறார்கள், இவர்கள்.

நாவசைவதற்கு முன்பே பேச்சை முடித்துவிடுகிறார்கள், இவர்கள்.

நீண்ட காலத்திற்கு முன்பே ஞானதிருஷ்டியை இவர்கள் பெற்றிருந்தாலும்கூட,

அந்தப் பாதையின் தொடக்கம், இவர்களின் ஞானதிருஷ்டிக்கும் எட்டாத தொலைவில் இருக்கிறது.

முமோனின் நிறைவுரை

புத்தரும் அவரது வழித்தோன்றல்களும், இந்த 48 சூட்சுமங்களில் தொட்டுக் காட்டியுள்ள வார்த்தைகளும் செயல்களும், சட்டங்களைப் போன்றும் தீர்ப்புகளைப் போன்றும் துல்லியமானவை. இவற்றில் மிதமிஞ்சிய விஷயம் என்ற எதுவுமே கிடையாது. இவை, சீடராக இருக்கும் பிக்குவின் மூளையைத் தலைகீழாகப் புரட்டிப்போட்டு, அவரின் கண்களைத் தோண்டி எடுத்துவிடுகின்றன.

நீங்கள் ஒவ்வொருவரும் உண்மையை உடனடியாக கிரகித்துக் கொள்ள வேண்டும் என்பதற்காக இந்த சூட்சுமங்கள் இங்கே கொடுக்கப்பட்டுள்ளன.

வேறொருவருக்குக் கிடைத்த அனுபவத்தின் மூலமாக அதைப் பெறுவதற்கு முயற்சி செய்யவே செய்யாதீர்கள். எல்லாவற்றையும் முழுமையாக உள்வாங்கிக் கொள்ள முடிந்த யாராவது இருந்தால், 48 சூட்சுமங்களின் ஒரு சிறு பகுதியைக் கவனித்தாலே அவருக்கு இவை அனைத்தின் உண்மையான அர்த்தம், வசப்பட்டுவிடும். அப்படிப்பட்ட ஒருவருக்கு, ஞானமடைவதற்கான வாசலே கிடையாது. தேடலுக்கான படிகளும் கிடையாது. வாயிற்காப்பாளர்களைப் பற்றிய கவலையே இல்லாமல் வாசலைத் தாண்டி அவர் போகலாம். கென்ஷோ சொல்லியிருப்பதைப் போன்று

"உணர்தலை எட்டுவதற்கான வாசலில்லாத நுழைவாயில் அதுவேதான். குறிக்கோள் இல்லாமல் இருப்பதுதான் குருவின் அசலான குறிக்கோள்."

"இவ்வளவு வெளிப்படையாகத் தெரிந்தும்கூட ஏன் ஒருவராலுமே இதே வாசல் வழியாகச் செல்லமுடியவில்லை" என்று ஹக்கு-அன்கூட சொல்லியுள்ளார். சொல்லப்போனால் இப்படிப்பட்ட கதைகள் எல்லாம் பாலில் செம்மண்ணைக் கலப்பது போன்று அர்த்தமற்றவைதான். *வாசல் இல்லாத வாசல்* வழியாக இந்த 48 சூட்சுமங்களையும் உங்களால் கடக்க முடிந்தால், என் (முமோன்) மீது நீங்கள் நடந்து போவீர்கள். இந்த *வாசல் இல்லாத வாசல்* வழியாக உங்களால் கடந்துபோக முடியாவிட்டால் உங்களுக்கு நீங்களே துரோகம் இழைத்துக் கொள்வீர்கள். அடிக்கடி சொல்லப்படுவதுபோல, அனைத்துமே வெறுமை என்ற உணர்தலை வெளிப்படுத்துவது சுலபம். ஆனால், வேறுபாடுகள் பற்றிய அறிதலுக்கு விளக்கமளிப்பது மிகவும் கடினம். வேறுபாடுகளின் மெய்யறிவு பற்றி உங்களால் போதிக்க முடிந்தால் இந்த உலகத்தில் அமைதி தழைத்தோங்கும்.

கண்ணதாசன் பதிப்பக வெளியீடுகள்

QR கோட் மூலம் பணம் செலுத்தி, புத்தகங்களை தபாலில் பெற்றுக்கொள்ளலாம்.

Ph: 044-24332682 / 24338712 /98848 22125